Dr Kesorn Pechrach Weaver

37 Smart Ways
Life Journeys

ดร. เกษร เพ็ชราช

37 เส้นชีวิต เดินทาง

37 Smart Ways
Life Journeys

Dr Kesorn Pechrach Weaver

Pechrach Publishing
England

37 Smart Ways: Life Journeys

Dr Kesorn Pechrach Weaver

37 เส้นชีวิต เดินทาง

ดร. เกษร เพ็ชราช

พิมพ์ครั้งแรก พ.ศ. 2557

ISBN 978-0-9931178-1-7

สงวนลิขสิทธิ์ตาม พ.ร.บ.ลิขสิทธิ์ พ.ศ.2537

จัดพิมพ์ และ จำหน่ายโดย

PECHRACH PUBLISHING

7 Boundary Road, Bishops Stortford, Hertfordshire, CM23 5LE, England, United Kingdom. Tel: (+44) 1279 508020, +44(0) 7779913907

Published 2014 by Pechrach Publishing

Copyright © Kesorn Pechrach Weaver 2014

The right of Kesorn Pechach Weaver to be identified as the author of this work has been asserted in accordance with section 77 and 78 of the Copy right, Designs and Patents Act 1988

Illustrations © Neran James Pechrach Weaver 2014

All right reserved. No part of this publication may be reproduced, stored in a retrieval system, or transmitted in any form or by any means, electronic, mechanical, photocopying, recording, or otherwise, without the prior permission of the publishers.

คำนำ

นั่นแน่ะ! อย่าคิดนะ ว่าเป็นดอกเตอร์แล้วจะเก่งไปซะทุกเรื่อง การเรียนดอกเตอร์กินเวลาสี่ปีขึ้นไปเป็นอย่างน้อย บางคนก็หลงรักห้องแล็ปเป็นชีวิตจิตใจ ก็ทำ Postdoctoral fellowship ต่ออีก 2-3 ปี เป็น Research Fellow. ดังนั้นการที่ใช้เวลาเกือบ 10 ปีในการทำดอกเตอร์จึงถือว่าเป็นเรื่องธรรมดา

หนังสือ "37 Smart Ways: Life Journeys" หรือ "37 เส้นชีวิตเดินทาง" นี้ เขียนเป็น 2 ภาษา: ภาษาอังกฤษและภาษาไทย เนื่องจากว่า ผู้แต่งต้องการให้ความรู้นี้แก่คนที่อ่านภาษาไทย ถือเป็นการแบ่งปันประสบการณ์การเดินทางของดอก เตอร์ ซึ่งประกอบด้วยวิธีปฏิบัติง่ายๆ อย่างละเอียดในหัวข้อต่างๆ

การใช้หนังสือเล่มนี้ ผู้อ่านสามารถที่จะเลือกหัวข้อที่อยากจะปฏิบัติ โดยที่ไม่จำเป็นจะต้องเรียงลำดับ จากประสบการณ์ที่ได้ปฏิบัติด้วยตัวเอง ผู้แต่งแนะนำให้ผู้อ่านให้เวลากับตัวเอง ตอบคำถามตัวเอง และอยู่ในความสงบ

เงียบ มีสมาธิ ผู้ที่ปฏิบัติจะเห็นผลในวันแรกๆเมื่อเริ่มปฏิบัติ

ด้วยรักและนับถือ

ดร. เกษร เพ็ชราช

19 กันยายน 2557

England, United Kingdom

Introduction

I always think the person who got Dr in front of their name or got the abbreviation PhD in the behind their name must be the super human who know everything, can do everything and never done any wrong.

However, when I got all of those titles: Dr and PhD, I could not see anything difference in me. I know only I can think and seething wider.

This book "37 Smart Ways: Life Journeys", I wrote in Thai and English because I want to distribute this knowledge to Thai people in my motherland as well as people around the word. From my own experience, I have done all experiments, questions and answers. Some are very good and working very well, but some still in progress. I would not say this book was completed because it is not. I may add some more information in the next few years if I try something new.

Dr Kesorn Pechrach Weaver
19 September 2014
England, UK

Acknowledgments

I would like to thank my amazing husband, Dr P. M. Weaver for advice and proof reading my English.

Thanks to my beautiful son, Neran J. P. Weaver for his non-stop supporting and keep checking on my progress.

A special thanks to my wonderful brother, Dr Amporn Pechrach for always be there for me and proof reading my Thai.

Many Thanks to my family in Thailand for always believe in me.

Thanks to Sharon Lawton and Lucy Benyon for giving me an inspiration to try something new.

Big thanks to my best friends: Talitha Ryan, Rita Khan, Anna Wlodarczyk for Mummy group supporting and encouraging.

From the bottom of my heart I would like to thank J. P. Darby for looking after my child when I need help.

สารบัญ

คำนำ

สิ่งที่ต้องเตรียม	1
การเดินทางที่ 1 นิสัยเชื่อมั่น	3
การเดินทางที่ 2 เลิกโกหก	7
การเดินทางที่ 3 มั่นใจจากข้างใน	12
การเดินทางที่ 4 ภาพในใจ	16
การเดินทางที่ 5 กายและความคิด	23
การเดินทางที่ 6 ปัญญาแก้ความรู้สึก	27
การเดินทางที่ 7 ทำได้	31
การเดินทางที่ 8 ห้านาทีมั่นใจ	35
การเดินทางที่ 9 เดินทางสู่อนาคต	41
การเดินทางที่ 10 เป้าหมาย	49
การเดินทางที่ 11 นิสัย	59
การเดินทางที่ 12 เสี่ยง	67
การเดินทางที่ 13 "เลิก"	72
การเดินทางที่ 14 อดีต	78
การเดินทางที่ 15 ลบล้าง	82
การเดินทางที่ 16 กราฟชีวิต	88
การเดินทางที่ 17 "อนาคต" เขียนได้	92

การเดินทางที่ 18 สิ้นคิด	100
การเดินทางที่ 19 ใจสำเร็จ	106
การเดินทางที่ 20 "เชื่อ"	112
การเดินทางที่ 21 มองเห็น	120
การเดินทางที่ 22 ทางเดิน	124
การเดินทางที่ 23 ฝึกฝน	133
การเดินทางที่ 24 ข้อแก้ตัว	145
การเดินทางที่ 25 ถูกต้อง	151
การเดินทางที่ 26 คิด รู้สึก	157
การเดินทางที่ 27 รู้สึกสำเร็จ	163
การเดินทางที่ 28 ธรรมดา	172
การเดินทางที่ 29 ทำ	180
การเดินทางที่ 30 เสน่หา	187
การเดินทางที่ 31 ฟังใจ	193
การเดินทางที่ 32 ปฏิเสธ	202
การเดินทางที่ 33 เงิน	214
การเดินทางที่ 34 งาน	218
การเดินทางที่ 35 สร้างสรรค์	224
การเดินทางที่ 36 ทำเงิน	230
การเดินทางที่ 37 ฝัน	238

Table of Contents

Introduction
What to Prepare   2
Journey 1: Self Esteem   4
Journey 2: Lie   9
Journey 3: Confident inside   13
Journey 4: Images in Mind   17
Journey 5: Body and Brain   24
Journey 6: Wisdom   28
Journey 7: Can   32
Journey 8: Confidence   36
Journey 9: Travel to the Future   43
Journey 10: Targets   50
Journey 11: Habit   60
Journey 12: Risk   68
Journey 13: Quitting   73
Journey 14: The Past   79
Journey 15: Delete   83
Journey 16: Life Line   89
Journey 17: Write the Future   93
Journey 18: Hopelessness   101

Journey 19: Mind Success	108
Journey 20: Believe	114
Journey 21: Seeing	121
Journey 22: The Path	126
Journey 23: Training	135
Journey 24: Excuses	146
Journey 25: Right	153
Journey 26: Think and Feel	159
Journey 27: Feel the Success	166
Journey 28: Average	173
Journey 29: Do	183
Journey 30: Charm	189
Journey 31: Listening	197
Journey 32: "No"	205
Journey 33: Money	215
Journey 34: Work	220
Journey 35: Create	226
Journey 36: Make Money	232
Journey 37: Dream	241
References	245

สิ่งที่ต้องเตรียม

เตรียมใจ

เมื่อผู้แต่งลืมตาขึ้นในตอนเช้าวันหนึ่ง ขณะที่กำลังมองเพดาน และคิดถึงว่าเพดานที่มองอยู่ในขณะนี้ แตกต่างจากเช้าวันวาน แตกต่างจากเพดานบ้านที่เมืองไทยเมื่อหลายปีก่อน แต่มีสิ่งเดียวที่เหมือนกัน คือ ตัวผู้แต่งเองที่เดินทางจากที่หนึ่งและไปสู่ที่สถานที่แห่งหนึ่ง

ด้วยเหตุนี้ทำให้ผู้แต่งคิดถึงการเดินทางจากเมืองไทยเมื่อหลายสิบปีที่ผ่านมา ทุกการเริ่มต้นย่อมมีการเตรียมตัว ไม่ว่าจะเป็นภายนอก เช่น เสื้อผ้า อาหารการกิน กระเป๋าเดินทาง แต่ที่สำคัญยิ่งกว่านั้น คือ การเตรียมใจให้พร้อม ถ้าใจบอกว่าไป กายจะเป็นผู้ปฏิบัติตาม

What to Prepare

Mind

One morning after I awoke, I looked at the ceiling and I could not see anything different from the day before. However, one thing is the same, it is me.

This reminded me of when I first travelled from Thailand to the UK many years ago. It was the first time I had to travel alone. It was a long stay for the purpose of studying. I prepared all the things I would need and packed them in my suit cases.

The most important thing I had to do was to prepare my mind; get set, ready, steady and GO!

การเดินทางที่ 1
นิสัยเชื่อมั่น

ผู้แต่งมีความเห็นว่า สาเหตุที่คนส่วนใหญ่ไม่ประสบผลสำเร็จ ไม่ใช่เพราะว่าคนเหล่านั้นมีความผิดปกติ แต่ว่าพวกเขาวางแผนที่จะไม่ทำให้สำเร็จเอง อาจเห็นว่าแปลกแต่มันเป็นความจริง

ในกลุ่มคนที่มีความสำเร็จ หรือประสบความสำเร็จสูง เมื่อเกิดการผิดพลาด ไม่ได้หมายความว่า "การล้มเลิก" แต่หมายถึง การเรียนรู้จากความผิดพลาดและการเตรียมพร้อมมากกว่าคราวที่แล้ว เพื่อที่จะประสบความสำเร็จมากขึ้นกว่าเดิม

สิ่งของที่มีคลื่นความถี่เดียวกันย่อมถ่ายโอนพลังงานให้แก่กันเช่นโทรศัพท์มือถือที่จะสื่อสารเฉพาะหมายเลขที่ติดต่อ เช่นเดียวกับตัวเรา เรามีความถี่ที่สามารถดึงดูดวัตถุ สิ่งของ บุคคล และความสำเร็จต่างๆ ที่เราต้องการได้

Journey 1

Self Esteem

In my opinion the reason why some people are not successful is not because they have something wrong in themselves but because they plann to be unsuccessful. It seemed strange but it is the truth.

Among highly successful people, when there were some mistakes, they would not give up but they would learn from them. Thus, they would prepare more and become more successful.

This is similar to the concept of energy transfer. Materials which have the same frequency can resonate with each other. We can link to materials, people and be as successful as we want.

แบบปฏิบัติการเดินทางที่ 1

- นึกภาพตนเอง อีกคนหนึ่งที่มีความมั่นใจสูง นั่ง หรือ ยืน อยู่ตรงหน้า

- ก้าวเข้าไปอยู่ในภาพนั้น มองผ่านดวงตาคู่นั้น รับฟังเสียงจากหูนั้น และสัมผัสความรู้สึกของการที่มีความมั่นใจสูง นั่งและยืน ยืดตัวให้สูงขึ้น และเชื่อมั่นในตัวเอง จากภายในตาคู่นั้น

- นึกภาพตนเองที่มีความมั่นใจสูงมากกว่า ก้าวเข้าไปอยู่ในภาพตนเองที่มีความมั่นใจสูงมากขึ้น และเห็นภาพของตนเองที่มีความมั่นใจมากยิ่งขึ้น มีพลังและอำนาจมากกว่า มีความสุขความสบายและ ผ่อนคลายมากว่า

- ก้าวเข้าไปอยู่ในภาพตนเองที่อยู่ข้างหน้าอีกครั้ง สังเกตการหายใจของตนเอง สังเกตการแสดงออกของใบหน้าของตนเอง แววตาที่ทอแสงออกมา

Practice: 1

- Imaging a picture of yourself, very confident, sitting or standing in front of you.

- Step into that picture. See through those eyes, listen from those ears and feel the feeling of high confidence.

- See another picture of youself with more power, more confidence, looking very relaxed and very happy.

- Step into that picture again. See, hear and feel the image.

การเดินทางที่ 2

เลิกโกหก

ศีลห้าข้อที่ผู้แต่งคิดว่าง่ายในการปฏิบัติในทุกนาที แต่มียากสุด คือศีลข้อที่สี่ คือการโกหก การที่จะไม่พูดปดกับคนอื่นนั้นง่าย แต่การที่จะไม่โกหก หลอกลวงตัวเองนั้นยาก เหมือนกับการยอมรับความจริง ถ้าความจริงนั้นเป็นสิ่งดีงาม เราก็ยินดีที่จะรับอย่างหน้าชื่นตาบาน แต่ถ้าความเป็นจริงนั้นตรงกันข้าม จะมีซักกี่คนที่จะยืดหน้าอกรับผิดชอบ

อีกประการที่ยากยิ่งนักสำหรับผู้แต่ง คือ หยิ่ง ยิ่งมีหน้ามีตาในสังคม ทำให้ยากมากกว่าคนธรรมดาหลายเท่านักที่จะไม่โกหกเพื่อศักดิศรีของตนเอง ของครอบครัว ของวงศ์ตระกูล

นั่นคือ ข้อเสียที่จะเรียนรู้, เห็นตัวตนของตนเอง, เห็นข้อดี, เห็นข้อด้อย, เห็นจุดบกพร่องที่จะต้องปรับปรุง ซ่อมแซม เลิกโกหกตัวเอง, คนอื่นและสังคม เพื่อให้ตัวเองดูดีขึ้น เพื่อให้คนยอมรับ อย่ากลัวที่จะเป็นคนธรรมดาปกติสามัญ ไม่จำเป็นต้องเจ๋ง ต้องแน่ทุกสถานการณ์

Journey 2

Lie

I would say the most difficult thing to do is to "not lie". When people say they have never lied in their lives, I would not believe them. Others may talk about the white lie which could be truth or maybe not.

One of the reasons why people lie to others may be because it makes them feel good, superior or better than others. In the opposite way, it also damages themselves because they have no chance to see the truth, to see their weak point, what needs to improve and finally, they would not able to accept the truth if that truth makes them feel bad.

แบบปฏิบัติการเดินทางที่ 2

- หยุดและมองตนเองว่าการดำรงชีวิตจะเป็นอย่างไร

- ถ้าตัวเราเองมีความสุข ถ้ามีความผ่อนคลายมากกว่านี้ ขยับตัวให้นั่งแบบสบายๆ มีพลังเชื่อมั่นในตนเอง

- สัมผัสความรู้สึกเชื่อมั่นของร่างกายและความผ่อนคลายของใบหน้า สังเกตน้ำเสียงไพเราะสดใส

- พูดช้าลงและชัดเจนมากขึ้น ความคิดเห็นต่อตนเองมีค่ามากขึ้น เห็นว่าตัวเองน่ารักมากขึ้น

- ตัวเราเองสามารถทำให้บรรลุเป้าหมาย และประสบความสำเร็จได้มากขึ้น

- บอกกับตนเองว่าเรามีความสามารถ และเราสามารถทำทุกอย่างให้ประสบความสำเร็จได้

Practice: 2

- Stop and look at yourself. Look at the way that you live.

- See if you are relaxed. Adjust your sitting position. You can feel the power and confidence.

- Feel the confidence all over your body. Relax your face and listen to your beautiful voice.

- Speak slowly and clearly. Think about how good you are, how lovely you are.

- You yourself can make it happen. You can make it successful.

- Tell yourself "I have capability. I can do everything. I can make things happen and I can be successful".

การเดินทางที่ 3

มั่นใจจากข้างใน

มีหลายครั้งที่ผู้แต่งได้พบปะกับคนจริง และคนไม่จริง ทั้งสองแบบนี้ แตกต่างกันตรงไหน เชื่อว่าผู้อ่านก็คงเจอมาบ้าง คนจริงนั้นความรู้สึกมาจากภายใน และคนไม่จริงนั้น ความรู้สึกขึ้นอยู่ ที่พื้นผิว และสามารถเปลี่ยนแปลงได้ตลอดเวลา หรือที่เรียกว่า เปลี่ยนแปลงตามภาชนะ สิ่งแวดล้อม

การทำงาน คบหากับคนจริงนั้น ค่อนข้างง่าย เป็นระเบียบ ระบบ แบบแผน และสำเร็จลุล่วงได้ง่าย แต่กับคนไม่จริงจะมีการเปลี่ยนแปลงตลอดเวลา หาความสำเร็จยาก

เมื่อเราพูดแต่สิ่งดีๆแก่ตัวเอง บอกตัวเองว่าเราเก่ง เรามีความสามารถ เราทำให้ประสบความสำเร็จได้ เรารู้สึกดีกับตัวเอง เข้มแข็งขึ้น และมั่นใจในตัวเองมากขึ้นทุกวัน

Journey 3

Confident inside

Many times I have to meet or to work with fake and real people. What is the difference between real people and fake ones? The fake person always changes. They have no standing point and their confidence shows on the surface or outside only.

Real people are very comfortable to work with. They have good discipline and they know their responsibilities. Thus, it is easy to make it to the target.

When you tell yourself about the good things, about how good you are, about successful you can be, you will feel a good feeling of power and creativity. Your confidence will increase every day.

แบบปฏิบัติการเดินทางที่ 3

➢ ฟังและหาตำแหน่งของเสียงภายใน เสียงดังหรือเสียงค่อย ชัดเจน ฟังง่าย พูดช้าหรือเร็วกว่าปกติ

➢ พูดในใจในตำแหน่งเสียงภายในนั้นว่า เรามีความมั่นใจในตัวเอง เรามีความสามารถในการทำงานให้ประสบผลสำเร็จ

Practice: 3

- Listen and find out where your inner sound comes from. Listen and observe if it is easy to catch the words. Is it fast or slow?

- Talk to yourself at that position. Tell yourself you are confident and you can make anything happen and be successful.

การเดินทางที่ 4

ภาพในใจ

ผู้แต่งมักจะเห็นภาพเหตุการณ์ที่กำลังจะเกิดขึ้นในเวลาอัน ใกล้ ไม่ใช่สิ่งลึกลับอะไรเท่าไรเลย แต่เป็นเสมือนกับว่า เป็นการทบทวน หรือการฝึกซ้อม ก่อนที่จะดำเนินการจริง ตัวอย่าง เช่น เมื่อผู้แต่งมีแผนที่จะเดินทางไปต่างประเทศ ผู้แต่งก็จะเห็น ภาพตัวเอง จัดกระเป๋า ซื้อตั๋วเครื่องบิน เช็คอินที่เคาน์เตอร์เป็นต้น

ซึ่งภาพเหตุการณ์เหล่านี้ ยังไม่ได้เกิดขึ้นจริง แต่การที่ได้ เห็นภาพเหล่านี้ ทำให้การเตรียมพร้อมเหมือนกับเหตุ การณ์จริง ระบบประสาทของมนุษย์ไม่สามารถที่จะแยก ความแตกต่างระหว่างเป็นเรื่องจริงกับเรื่องแต่ง อย่างเช่น ในขณะปัจจุบัน เมื่อเรานึกถึงเรื่องราว ความสุขในอดีต ตัวเราจะมีความรู้สึกมีความสุขในขณะที่กำลังนึกถึง เหตุการณ์นั้น

Journey 4

Images in Mind

Sometimes you can see events which have not happened yet but will happen in the future sooner or later. It is not magic but it is a rehearsal before the real event happens. This process can happen automatically when we think about it. For example, when I am planning to travel abroad, I can see myself buy a flight ticket, pack my suitcase and go to the airport to check in.

Although these events have not occurred yet, it benefits us to see the pictures in advance. This lets us prepare and get ready to act when the time arrives.

Our nervous system cannot detect the difference between a real event or a made-up story. For example, when you think about a happy story from the past, you can feel happy while we are in the present.

แบบปฏิบัติการเดินทางที่ 4

- เรากำลังดูภาพเหตุการณ์เกี่ยวกับอนาคตของตัวเราเองที่กำลังประสบความสำเร็จอย่างยิ่งใหญ่ มีเสียงเพลงประกอบด้วย ให้สังเกตการแสดงออกของใบหน้า ลักษณะการทรงตัว และแววตา

- เมื่อกำลังดูภาพเหตุการณ์ เราเห็นภาพตัวเราเองที่กำลังประสบความสำเร็จต่างๆ มากมาย ทั้งจากอดีตที่ผ่านมาและความสำเร็จต่างๆ มากมายในอนาคตที่กำลังจะมาถึง ให้เรานั่งดูต่อไปอย่างผ่อนคลายและมีความสุข

- เมื่อพร้อม ให้ตัวเราลอยเข้าไปในภาพเหตุการณ์นั้น มองภาพ ผ่านดวงตา ฟังเสียงจากหู สัมผัสความรู้สึกความสำเร็จ

- ขยายให้เห็นภาพสีใหญ่และสดใสขึ้น เสียงดังขึ้น และความรู้สึกชัดเจนมากขึ้น

- สังเกตว่าความรู้สึกชัดเจนมากที่จุดไหนในร่างกาย ให้ใส่สีชมพู แล้ววาดสีนั้นให้ทั่วร่างกาย จากหัวถึงปลายเท้า

- ทำให้สีสดใสแสงสว่างขึ้นสองเท่า และเพิ่มขึ้นอีกสองเท่า กลับมาที่สถานะปัจจุบัน ให้จำความรู้สึกในขณะที่ประสบความสำเร็จที่มีความเชื่อมั่น และความรู้สึกมั่นใจในตัวเองสูงในขณะนั้น

Practice: 4

- Watch your success stories in the future. Listen to the song and observe your face, your posture and your eyes.

- Keep watching the stories while relaxing and being happy.

- When you are ready, get in to the event. See from those eyes, listen from those ears and feel the successful feeling.

- Expanding the picture bigger, sound louder, and feel stronger.

- Observe where you can feel the strongest feeling in your body. Paint it with pink colour then, move this pink colour all over your body.

- Increase the colour. Make it twice as bright and come back to present. Remember that feeling of success and confidence.

การเดินทางที่ 5

กายและความคิด

จากประสบการณ์ของผู้แต่ง การที่จะดูคนนั้นไม่ยากเลย ดูที่ร่างกาย ดูกริยา การวางตัว การยืน การนั่ง

กริยาเหล่านี้สามารถที่ จะบอกถึงความคิด วิธีการคิดของบุคคลนั้นๆ ได้ท่าทางที่แสดงออกมาทางร่างกาย เป็นผลมาจากความคิดเห็นในสมองของเรา

Journey 5

Body and Brain

From my experience, it is not difficult to know what kind of person someone is. I can see from their body, how they act, how they walk and how they sit.

Their actions can tell me the way they are thinking, their opinions and the process of their thinking. All of their actions are the results from their brain thinking.

แบบปฏิบัติการเดินทางที่ 5

➢ นึกถึงว่า มีเส้นเงินร้อยจากกระดูกสันหลังผ่านด้านหลังของศีรษะ ดึงให้ลำตัวยืนตรงขึ้น สง่าขึ้น และสูงขึ้น

Practice: 5

➢ Imaging there is a string of silver or gold wires connecting your back through your neck and holding your head up straight. This string pulls your body higher, make you sit higher with your back straight and standing tall.

การเดินทางที่ 6

ปัญญาแก้ความรู้สึก

❖ ความรู้สึกโกรธ เกิดจากการล่วงเกินเขตแดน หรือข้อห้าม เป็นการบอกว่าให้ตัดสินใจว่า จะยอมรับหรือจะต่อสู้

❖ ความรู้สึกหวาดกลัว เป็นการบอกเพื่อเตือนล่วงหน้า

❖ ความรู้สึกผิดหวัง เมื่อไม่ได้อย่างที่หวังหรือคิดไว้ หลังจากใช้เวลาวิเคราะห์ตรึกตรองแล้ว มีทางเลือกที่จะทำอีกครั้ง เลิกทำ หรือเปลี่ยนเป้าหมาย

❖ ความรู้สึกผิด เมื่อทำไม่ได้ตามมาตรฐานที่ตั้งไว้ สื่อความหมายว่า อย่าทำผิดซ้ำอีก และแก้ไขให้ประสบความสำเร็จในครั้งต่อไป

❖ ความรู้สึกเศร้าโศกเสียใจ รู้สึกบางอย่างขาดหายจากชีวิต ขาดความรักและความฝัน ที่ต้องละทิ้งไป

Journey 6

Wisdom

- Anger: when the boundary has been crossed. It is the sign to fight or to accept.

- Fear: sign to be cautious.

- Disappointment: when you did not get what you expected. After reviewing and thinking about it carefully, there are choices to redo, cancel or change the target.

- Guilt: when you cannot get to the expected level. It is a signal not to repeat the same mistake again. Resolve the problem and find ways to be successful.

- Sadness: when there is something missing from our life, a love lost or we have to give up something.

แบบปฏิบัติการเดินทางที่ 6

➢ หาความรู้สึกที่ไม่สบายใจในขณะนี้ มีความรู้สึกที่เกิดขึ้นที่ร่างกายส่วนไหน เกิดในเหตุการณ์ที่ เฉพาะเจาะจงกับ เวลาใด สถานที่ หรือ กับบุคคลใด ที่มักจะเกิดขึ้น

➢ เป็นความรู้สึกอะไร บอกอะไรแก่เรา และเราบอกแก่จิตใต้สำนึกว่ารับทราบแล้ว ถ้าเป็นความรู้สึกโกรธ หรือผิดหวัง เราจะดำเนินการแก้ไขภายใน 24 ชม

➢ หลังจากนั้นความรู้สึกที่เกิดขึ้นที่ร่างกายก็จะหายไป และแทนที่ด้วยความรู้สึกผ่อนคลาย

Practice: 6

- Find out the area in your body where the bad feeling happens. Observe if this feeling always happens at the same time, always happens at the same location or always happens with a specific person.

- What kind of feeling is this and what is this feeling trying to tell you? After you realise, tell your subconscious mind that you acknowledge. If it is about anger or disappointment, you will solve the problem within 24 hours.

- Then the feeling in your body will disappear and be replaced with one of relaxation.

การเดินทางที่ 7

ทำได้

มีหลายๆครั้งที่มีความสับสนกับคำว่า "เลียนแบบ" ซึ่งผู้แต่งก็สับสนเช่นกัน บางทีการลอกเลียนแบบ ก็กลายเป็นสิ่งที่ไม่ดี เพราะเจ้าของเอกสิทธิระบุไว้เป็นผลประโยชน์ต่อตัวเขาเอง

อย่างไรก็ตาม การลอกเลียนแบบ เพื่อเป็นการเรียนรู้ และสร้างสรรค์นั้น ย่อมเป็นสิ่งที่ดีเสมอ เมื่อเราเป็นเด็กทารกเราเรียนรู้จากการลอกเลียนแบบ และฝึกหัดจนกลายเป็นนิสัย

Journey 7

Can

People are always confused about the word "copy". For some it can be very bad but for others it is good. It can be considered that if that thing has an ownership or belongs to someone, it is not a good idea to take it or copy it.

However, since we were born, we always learnt by copying from people around us. At first we copy from our parents to learn how to survive in this world, and then we keep practising and we become expert. Finally, we create our own unique style.

แบบปฏิบัติการเดินทางที่ 7

➢ นึกถึงบุคคลต้นแบบที่มีความมั่นใจสูงและมีความโดดเด่นที่เราอยากจะเลียนแบบ

➢ นึกถึงการยืน การหายใจ การยิ้ม การพูด และการเคลื่อนไหวของบุคคลต้นแบบ

➢ นึกถึงเป็นฉากๆ ว่าบุคคลนั้นปฏิบัติอย่างไร ดูหลายๆครั้ง ภายในใจ และดูช้าๆ

➢ ลอยเข้าไปอยู่ในตัวต้นแบบ มองผ่านตา ฟังผ่านหู สัมผัส ความรู้สึกผ่านตัวต้นแบบ

➢ นึกถึงการวางท่าทาง เป็นฉากๆ ของบุคคลต้นแบบ สัมผัสความรู้สึกจากภายในขณะที่อยู่ในตัวต้นแบบ

➢ ทำหลายๆครั้ง จนสามารถสัมผัสความรู้สึกของบุคคลต้นแบบได้

Practice: 7

- Think about your model. A person who is very confident and outstanding that you want to copy.

- Think about the way that person stands, sits, smiles, talks and moves.

- See what this person does in each action again and again.

- Move yourself to get inside that person. See, hear and feel their feelings.

- Think about how that person stands, sits, smiles, talks and moves. Feel the feeling from inside that body.

- Repeat again and again until you can feel the feelings of that model person.

การเดินทางที่ 8

ห้านาทีมั่นใจ

ผู้แต่งมักได้ยินคำว่าไม่มั่นใจจากหลายๆคน และจากคำพูดนั้น ก็เลยไม่ก่อให้เกิดสิ่งใดๆขึ้นในโลกใบนี้ อย่างเช่น บางคนมัก จะพูดว่า อยากทำนั่น อยากทำนี่ แต่ไม่มีความมั่นใจว่าจะสามารถทำได้ ดังนั้นถ้ามีความมั่นใจซะอย่าง อะไรๆ ก็ทำให้เกิดขึ้นได้

Journey 8

Confidence

When people say they are not confident at all or not confident enough to do anything, that is the reason why things still have not been created in this world. There are a lot of people who always say what they want to do, what they want to be and what they want to create, but they just have not got the confidence to be, to do or to make it happen. Therefore, just create the confidence, and make things happen.

แบบปฏิบัติการเดินทางที่ 8

➢ นาทีที่ 1: นึกถึงภาพเคลื่อนไหวความสำเร็จที่ผ่านมา ภาพสีใหญ่ สดใส

➢ นาทีที่ 2: ยืนอยู่หน้ากระจก หลับตา นึกถึงคนที่รักเรา

    ○ มองมาที่ตัวของตนเองจากดวงตาคนที่รักเรา

    ○ ลืมตาและมองไปที่กระจก มองให้เห็นสายตาคนที่รักเรามาก กำลังมองเราอยู่

➢ นาทีที่ 3: ยังมองอยู่ที่กระจก ยกย่องชมเชยตนเองภายในใจ หลายๆครั้ง จนครบหนึ่งนาที

➢ นาทีที่ 4: รำลึกถึงเมื่อครั้งที่มีความมั่นใจสูง มองเห็นอย่างไร ได้ยินอย่างไร มีความรู้สึกอย่างไร

    ○ จินตนาการว่าชีวิตเราจะดีขึ้นอย่างไรถ้าเรามีความมั่นใจเต็มที่ มีพละกำลัง เข้มแข็ง มีความเชื่อมั่นในตนเองสูง

- ○ สร้างภาพให้ใหญ่ขึ้น สีสดใสขึ้น เสียงดังขึ้น และความรู้สึกชัดเจนขึ้น

- ○ นึกถึงสถานการณ์ 24 ชม. ล่วงหน้า มีความรู้สึกมั่นใจ ทุกอย่างผ่านไปด้วยดีตามความต้องการตัวเรา สามารถที่จะเห็น ได้ยิน สัมผัสความรู้สึกที่ประสบความสำเร็จได้

➢ นาทีที่ 5: เขียนรายการที่อยากทำ ที่เกิดขึ้นในความคิด ใน 4 นาทีที่ผ่านมา เลือกออกมา 1 รายการที่เห็นว่ามีความท้าทาย และจะทำใน 24 ชม.

Practice: 8

- 1st Minute: Think about a success story from the past.

- 2nd Minute: Stand in front of the mirror and think of the people who love you. Look at yourself the way those people who love you would look at you.

- 3rd Minute: Still look at yourself in the mirror. Admire yourself for 1 minute.

- 4th Minute: Recapture the feeling of confidence, how you see and how you hear.

    - Imagine how good your life would be if you had power and high confidence.
    - Build that image bigger, brighter, and louder and the feeling clearer.
    - Think about this feeling of confidence and success 24 hours in advance of when you need it.

- 5th Minute: Make a list of the things that occurred to you during the previous 4 minutes. Choose the most challenging one and start it in the next 24 hours.

การเดินทางที่ 9

เดินทางสู่อนาคต

เมื่อมีความรู้สึกเกียจคร้าน ผู้แต่งมักจะใช้ข้อคิดนี้เป็นแรงกระตุ้น

❖ ขณะนี้อยู่ที่อนาคต มีเวลาเหลืออีกนิดหน่อย ก็จะถึงวาระสุดท้ายของชีวิต เราไม่เคยเริ่มต้นที่จะดำเนินการเปลี่ยนแปลงไปสู่ชีวิตที่ต้องการ เรารู้สึกเสียใจที่เสียเวลาเปล่า ไม่ได้ทำในสิ่งที่อยากทำและอยากเป็น ดังนั้นควรจะเริ่มทำทันที เดี๋ยวนี้

❖ ขณะนี้อยู่ที่อนาคต มีเวลาเหลืออีกนิดหน่อย ก็จะถึงวาระสุดท้ายของชีวิต เราได้ลงมือทำ ดำเนินการเปลี่ยนแปลงไปสู่ชีวิตที่เราต้องการ เราได้ทำทุกวันเพื่อ ทำให้ชีวิตเราเดินไปในทางที่เราต้องการ เราไม่รู้สึกเสียใจเพราะเราได้ใช้เวลาเต็มที่ และทำเต็มที่แล้ว

❖ บอกตัวเองในใจว่า "เราสามารถที่จะทำทุกอย่างให้ประสบความสำเร็จได้"

Journey 9

Travel to the Future

When I feel lazy, here is what I do:

- I am in the future. It is the last few minutes before I pass away. It is the end of my life. I think back over my time. I never started doing everything to get the life I want. I feel sorry for myself for all the time I wasted in my life. I did not do all the things that I wanted. I was not being who I want to be. Back in the present, I have a second chance to start again and I should do it now.

- I am in the future. It is the last few minutes before I pass away. It is the end of my life. I think back over my time. I have done what I wanted to do and I have been what I wanted to be. I did every day the things I wanted to do and I do not feel regret about the passing of time. I have done everything to my full capacity and spent my time wisely.

➤ Tell myself I can do everything and be successful.

แบบปฏิบัติการเดินทางที่ 9

➢ นึกถึงสิ่งที่อยากให้เป็นจุดกระตุ้น อย่างเช่น หางานทำที่ท้าทายความสามารถ มีรายได้เป็นกอบเป็นกำ

➢ นึกถึงสิ่งที่เราชอบ อยากจะทำมากๆ ชอบทำอาหาร และเรารักที่จะทำ : เราทำขนมเค้กวันเกิด 4 ชั้นให้ลูกชาย วันเกิดครบรอบ 7 ขวบ เป็นการทำเค้กวันเกิดครั้งแรกในชีวิต เรามองเห็นแววตาภาคภูมิใจของลูกชายที่ได้แต่งเป็นภูเขา ได้ยินแขกที่มางาน บอกชอบเค้กและรสชาติ อร่อยมากเพราะทำสดๆ ใช้ครีมสด และทุกคนก็ได้รับ เค้ก 4 ชั้นก้อนใหญ่กลับบ้าน เช่นเดียวกัน มีความรู้สึก ดีใจ ปลาบปลื้ม และภาคภูมิใจในความสามารถของตัวเอง

➢ เมื่อนึกถึงความทรงจำนี้ ทำให้เห็นภาพสีสดใส ขนาดใหญ่ขึ้น ได้ยินเสียงชมเชยชัดเจนและดังมากขึ้น สัมผัสได้ถึงความรู้สึกดีๆ ขณะที่ประสบความสำเร็จ
รับรู้ถึงความรู้สึกภายในร่างกายได้ชัดเจนมากขึ้น

- ในขณะที่มีความรู้สึกดีๆ ขณะที่ประสบความสำเร็จ ให้จดปลายนิ้วทั้งหมดของมือซ้ายกับมือขวาเข้าหากัน ดังนั้น ทุกครั้งที่จดปลายนิ้วทั้งหมดเข้าหากัน เราจะนึกถึงและสัมผัสได้ถึงความรู้สึกดีๆ ที่เกิดขึ้นขณะที่ประสบความสำเร็จ

- ยังคงจดปลายนิ้วทั้งหมดเข้าหากัน นึกถึงสถานการณ์ที่ต้องการกระตุ้น ตัวอย่าง เช่น หางานทำ จินตนาการว่าทุกอย่างผ่านไปด้วยดีตามที่คาดหวัง ดังนั้นเรามองเห็นว่า เราแต่งตัวไป ทำงาน นั่งโต๊ะทำงาน ประชุมกับเพื่อนร่วมงาน ได้ยินเสียง เราออกความคิด เห็นที่เด่นชัดและทุกคนเห็นพร้อมในข้อตกลง ตัวเรามีความรู้สึกว่าเรามีคุณค่าในตนเอง

Practice: 9

- Think about what you want to be excited about such as finding a challenging job or earning a lot of money.

- Think about what you like to do, what you enjoy, and the things that you very much want to do.

For example, I made a big 4 tier cake for my son's 7th birthday party. It was the first birthday cake that I ever made. My son did all of the decorating himself with mountains and dragons. All of his friends were so excited by this giant cake, including their parents who enjoyed eating the fresh cream cake. I can hear, see and feel the happiness. I am proud of myself to be able to make birthday cakes which normally I bought.

- I can feel, can see picture in my mind, can hear the admiring words when I think about this event.

- While feelling this happiness and success, put 10 fingers of both hands together. This is the signal of happiness and a feeling of success.

- Still keep your hands in that position. Think about things that excite you. For example, finding a job. Imagine everything is going to plan. See yourself dressed, sitting at your desk with your name and position board on the front door. Hear yourself give a talk in the meeting room. Listen to the discussion and agreement in the end. You can feel the satisfied feeling. Feel how valuable you are in your contribution to the organization.

การเดินทางที่ 10

เป้าหมาย

จากประสบการณ์ของผู้แต่ง อะไรหรือสิ่งใดก็ตาม ถ้ามีขนาดใหญ่ มหึมาหรือมูลค่ามหาศาลแล้วละก็ มักจะเตะตาต้องใจเสมอ มีข้อคิดง่ายๆ คือ

❖ ตั้งเป้าให้ยิ่งใหญ่มหาศาล เพื่ออยากที่จะตื่น และลุกมาทำทุกเช้า

❖ เน้นเป้าหมาย จำเพาะ เจาะจง เฉพาะที่เราอยากได้ อยากทำจริงๆ

❖ ตรวจสอบว่า เป้าหมายนั้น เป็นของเราคนเดียว เพื่อตัวของเราคนเดียว เราคนเดียวจะต้องเป็นคนปฏิบัติการเท่านั้น และไม่เกี่ยวกับบุคคลอื่น

❖ แตกเป้าหมายออกเป็นส่วนย่อยๆ เล็กๆ เล็กลง จนสามารถที่จะเริ่มทำได้ในเวลา 24 ชม.

Journey 10

Targets

It does not matter what the target is, but if it is big, huge and high value, this target is attractive. You want to create and make it happen.

- Set big, giant targets with high return. This will make you feel excited and want to get up every morning.

- Choose specific targets, only the ones you really want to do.

- Check if the target belongs to you only, that it is for yourself only and only you will work on it.

- Break this big target into many small pieces, small enough for you to be able to start working on within 24 hours.

แบบปฏิบัติการเดินทางที่ 10

(ตัวอย่าง)

- ➢ เป้าหมายด้านการเงิน

    - บ้านให้เช่า

    - บ้าน B&B

    - ร้านขายขนมเค้ก ที่ตกแต่งน่ารัก สวย และสงบ เหมาะกับการหลบมาพักผ่อน ทำขนมในตอนเช้า และซื้อกลับบ้าน

    - มีรายได้จากธุรกิจต่างๆ รวม 5,000,000 บาทต่อเดือน

- ➢ เป้าหมายด้าน หน้าที่ การงาน

    - ตำแหน่งประธานบริษัท

    - ตำแหน่งวิศวกรที่ปรึกษา

    - ตำแหน่งอาจารย์พิเศษ

- มีรายได้จากการทำงาน ในตำแหน่งต่างๆ รวม 500,000 บาท ต่อเดือน

➢ เป้าหมายด้าน ความมีชื่อเสียง

- เปิดสำนักพิมพ์
- แต่งหนังสือขาย
- เป็นวิทยากรพูดในที่ต่างๆ
- ร่วมทำงานวิจัยกับต่างชาติ เป็นวิทยาทาน

➢ เป้าหมายด้านครอบครัว

- สามี
  - ทำกิจกรรมร่วมกัน หลังอาหารเย็น เช่น เล่นไวโอลิน ดูหนัง
  - วันศุกร์ กลางวัน ทานนอกบ้าน ว่ายน้ำ
  - ทานอาหารนอกบ้านเดือนละครั้ง
  - ให้ของขวัญวันสำคัญ

- ลูก
  - สอนพิเศษหลังเลิกเรียน 16.45 – 17.15
  - ว่ายน้ำด้วยกัน วันจันทร์ 16.30 – 18.00
  - สวดมนต์ ก่อนนอนทุกคืน
- ตกแต่ง ซ่อมแซม ดูแล บ้าน
  - ทำความสะอาดบ้าน
  - ล้างห้องน้ำ วันเสาร์ 7.00 -8.00
  - กวาดถู ห้องทำงาน ห้องโถง ระเบียงทางเดิน ห้องนอนบน วันอาทิตย์ 9.00 – 10.00
  - ซักเสื้อผ้า จันทร์ พุธ ศุกร์ ก่อนเข้านอน
  - รีดผ้า ตอนเช้า จันทร์ – พฤหัส 6.45 -7.15

- ➢ เป้าหมายด้านจิตใจ พัฒนาจิตใต้สำนึก
    - ○ ทำสมาธิ เช้า 5.30 – 6.30, เย็น 22.00 – 22.30
    - ○ พัฒนาจิตใต้สำนึก ฟังเสียง แบบปฏิบัติการ 12.30 – 13.00
- ➢ เป้าหมายด้านสังคม สังสรรค์ หาเพื่อนใหม่
    - ○ ทานอาหารเที่ยงนอกบ้านกับเพื่อนธุรกิจ เดือนละครั้ง เป็นวันพฤหัสบดี
    - ○ ทานอาหารเย็นนอกบ้านกับเพื่อนในเมือง ทุกสองเดือน
    - ○ สังสรรค์ขนมเค้ก ชา กาแฟ ตอนบ่าย เดือนละครั้ง
- ➢ เป้าหมายด้านการเดินทาง ท่องเที่ยว
    - ○ เดินทางท่องเที่ยว ไปในที่ๆ อยากไป ปีละครั้ง
        - ▪ สวิตเซอร์แลนด์

- นิวซีแลนด์
- ออสเตรเลีย
  - กลับไปเยี่ยมเมืองไทย ปีละครั้ง
- ➢ เป้าหมายการออกกำลังกายเพื่อสุขภาพ
  - แข่งขันว่ายน้ำระดับประเทศ
  - วันจันทร์ ว่ายน้ำ 16.00 – 18.00
  - วันพุธ ว่ายน้ำ 19.30 – 21.00

Practice: 10

Example:

- Money Target: 5,000,000 Baht per month.
    - Houses to let
    - B&B
    - Cake Shop
- Career Target
    - Company Director
    - Specialist Engineer
    - Special Professor
- Knowledge distribution Target
    - Book Publishing
    - Writing books
    - Invitation to speak
    - International research
- Family Target:

Husband

- Activity after dinner
- Lunch out on Friday
- Dinner out once a month
- Gift for special days

Kid

- Teach homework 16.45 – 17.15
- Swimming 16.30 – 18.00
- Bed time

House maintenance

- Overall cleaning
- Bathroom: Sat 7-8 AM.
- Downstairs: Sunday 9-10 AM
- Laundry: Mon, We, Fri before bed time
- Ironing: 6.45-7.15 AM.

➢ Mind Development Target

- Meditation 5.30-6.30 AM. & 10-10.30 PM.

- Listening to Thamma talk 12-12.30 AM

➢ Social Life Target

- Dinner with business friends once a month
- Dinner with local friends once every two months
- Afternoon tea and coffee once a month

➢ Travel Target

Go to a dream place once a year

- Switzerland
- New Zealand
- Australia

Thailand trip to visit family once a year

➢ Exercise Target

- Swimming competition
- Swimming Mon 4-6 PM
- Swimming class Wed 7.30 -9 PM

การเดินทางที่ 11

นิสัย

เทคนิคที่ผู้แต่งมักใช้เสมอ คือ การตั้งเวลา และทำงานที ละอย่าง ด้วยวิธีนี้เป็นเหมือนกับการเล่นเกมกับตัวเอง โดย เฉพาะงานที่น่าเบื่อ งานที่ไม่อยากจะทำเลย งานที่ผลัดวัน ประกันพรุ่งเสมอๆ ทั้งที่จริงแล้ว งานเหล่านี้สามารถทำให้ สำเร็จด้วยเวลาน้อยกว่า 10 นาที เทคนิคง่ายๆ คือ

❖ ทำให้เป็นนิสัย เหมือนแปรงฟันทุกวัน

❖ ทำหนึ่งอย่างต่อหนึ่งเป้าหมายทุกวัน

❖ จะเกิดแรงเคลื่อนไหวในวงล้อชีวิตของเรา ในแต่ละวัน อย่างต่อเนื่อง

❖ เส้นทางการเคลื่อนไหวของชีวิตจะเป็นไปตาม เส้นทาง การเดินทางไปยังเป้าหมายที่เราตั้งไว้

Journey 11

Habit

The technique that always works for me is to set the time for doing the boring jobs with an alarm clock. This method is like playing a game with myself and also it is fun to play. Some jobs can be done in less than 10 minutes but it is not easy to start then.

Here is the simple technique:

❖ Make it a habit

❖ Do only one thing for one target

❖ Then, momentum will keep the wheel moving. The wheel will move along the way and arrive at our target.

แบบปฏิบัติการเดินทางที่ 11

- ตื่นนอน, ล้างหน้า, แปรงฟัน 5.20 – 5.30
- สมาธิ 5.30 - 6.30
- เตรียมอาหารเช้า เที่ยง 6.30 – 7.30
- อาบน้ำ แต่งตัว 7.30 – 8.00
- ทานอาหารเช้า – โรงเรียน 8.00 - 9.10
- งานที่ 1 9.10 – 10.00
- พักดื่มน้ำ 10.0 – 10.10
- งานที่ 2 10.10 – 11.00
- พักดื่มน้ำ 11.00 – 11.10
- งานที่ 3 11.10 – 12.00
- พักเที่ยง 12.00 – 12.30
- พัฒนาจิตใต้สำนึก 12.30 – 13.00
- งานที่ 4 13.00 – 13.50

- พักดื่มน้ำ 13.50 – 14.00
- งานที่ 5 14.00 – 14.50
- เตรียมแผนสำหรับวันรุ่งขึ้น 14.50 – 15.10
- เวลากับลูกชาย (3ชม) 15.10 – 18.10
- เตรียม ทานอาหารเย็น 18.10 – 20.30
- เวลากับสามี (1ชม) 20.30 – 21.30
- อาบน้ำ 21.30 – 22.00
- สมาธิ 22.00 – 22.30
- เข้านอน 22.30

ตรวจสอบความก้าวหน้าของ 5 งานใหญ่ ให้ทำเครื่องหมายกากบาททุกวันว่า เราได้ทำแล้วในวันนี้

งานใหญ่	จันทร์	อังคาร	พุธ	พฤหัส	ศุกร์	เสาร์	อาทิตย์
งานที่ 1	X						
งานที่ 2		X					
งานที่ 3							
งานที่ 4							
งานที่ 5							

Practice: 11

(Example)

Get up and wash	5.20-5.30
Meditation	5.30-6.30
Prepare breakfast, pack lunch	6.30-7.30
Shower and get dressed	7.30-8.00
Breakfast and school	8.00-9.10
1st Job	9.10-10.00
Break	10.00-10.10
2nd Job	10.10-11.00
Break	11.00-11.10
3rd Job	11.10-12.00
Break	12.00-12.30
Thamma Talk	12.30-13.00
4th Job	13.00-13.50
Break	13.50-14.00

5th Job	14.00-14.50
Job plan for the next day	14.50-15.10
Time with my kid	15.10-18.10
Prepare and eat dinner	18.10-20.30
Time with husband	20.30-21.30
Shower	21.30-22.00
Meditation	22.00-22.30
Bed	22.30

It is important to check progress by marking (x) every day and make sure you have done the job. Thus, the wheel will keep moving along the way and towards the target.

Big Job	Mon	Tue	Wed	Thu	Fri	Sat	Sun
1st Job	x						
2nd Job		x					
3rd Job							
4th Job							
5th Job							

การเดินทางที่ 12

เสี่ยง

ทุกอย่างมีความเสี่ยงทั้งนั้น แม้กระทั่งนอนอยู่กับบ้าน ก็ยังมีความเสี่ยง แต่ขึ้นกับว่าเราจะทำยังไงกับการเสี่ยงนั้น

ขั้นตอน 1: ตรวจสอบว่า อันตราย หรือไม่

- ❖ สมอง บอกว่า อันตรายหรือไม่

- ❖ ความรู้สึก บอกว่าอันตรายหรือไม่

ขั้นตอน 2: ตรวจสอบความคุ้ม หรือ ไม่

- ❖ คะแนนของผลดี 1-100, คะแนนของผลเสีย 1-100

- ❖ เอาผลดี – ผลเสีย = ถ้าเป็น "บวก" แสดงว่า คุ้ม

Journey 12

Risk

Risk is everywhere and everything is risky. Even sleeping in your own bed is still risky. It may be low risk or high risk. However, it is not the risk itself, but how we deal with it that is more important.

1st Step: Check if the risk is dangerous.

- ❖ Use your knowledge and your brain to get the answer
- ❖ Use your feeling. Does it feel right?

2nd Step: Check if it is worth the risk.

- ❖ Give a score of the good and the bad from 1 to 100
- ❖ Find out the result from the difference between the good and the bad scores. If the

good is more than the bad, it is worth taking the risk.

แบบปฏิบัติการเดินทางที่ 12

➢ นึกถึงสิ่งที่อยากจะทำ แต่ว่ารู้สึก กลัวๆ กล้าๆ

➢ ตรวจสอบด้วย 2 ขั้นตอนว่า อันตราย หรือไม่

➢ วางแผนที่จะเริ่มทำในวันนี้ ภายใน 24 ชม. หรือ 72 ชม. เป็นอย่างช้า

➢ ลงมือทำเลย เราจะรู้สึกถึงพลังที่สูบฉีดในร่างกาย มีความตื่นตัวและตื่นเต้นที่อยากจะทำมากๆ

Practice: 12

- Think about something you want to do but you are worried, afraid or not quite ready to start.

- Check the 2 steps to see if it is dangerous.

- Plan the schedule to start within 24 -72 hours.

- Start doing it. You can feel the power inside your body, the excitement along your body and the parts of your body waking up.

การเดินทางที่ 13

"เลิก"

มีหลายๆครั้งที่ผู้แต่งล้มเลิกความตั้งใจที่จะทำ และบางครั้งเลิกก่อนที่จะเริ่มเสียอีก บางครั้งเลิกกลางคัน ต่อไปนี้ทุกครั้งก่อนที่จะเลิกให้คิดถึงเด็กน้อย

- ❖ คิดถึงเด็กน้อยตัวเล็กๆ ที่พยายามที่จะหัดเดิน ล้มแล้วก็ลุกขึ้น เป็นพัน เป็นหมื่นครั้ง เป็นจำนวนนับครั้งไม่ถ้วน

- ❖ เมื่อเราไม่ได้ในสิ่งที่เราหวัง เราไม่ประสบความสำเร็จครั้งแรก ให้ลงมือทำครั้งที่ 2 3 4....

- ❖ ทุกครั้งที่ล้ม นั่นคือ การฝึกหัด ได้ประสบการณ์ทุกครั้งที่ล้ม หาสาเหตุ ปัญหาและประโยชน์ที่สามารถนำมาเรียนรู้และปรับปรุงในการทำครั้งต่อไป

- ❖ ไม่มีคำว่า "เลิกทำ"

Journey 13

Quitting

Many projects stopped before they ever started. Some were given up half way along the line. From now on, before stopping or quitting any projects, let's think of little toddlers or small kids.

- ❖ Think of the little toddlers who are learning to walk. They have fallen down many times but they get up and try again and again until they can walk and run.

- ❖ This is similar to us when we fail to get what we want. We will have to try again and again.

- ❖ Every time we fail, that is our lesson to learn and keep practising for the next time. We always learn some new things, find out about the problems and solve them. This knowledge will help us the next time.

แบบปฏิบัติการเดินทางที่ 13

เปลี่ยนข้อเสียให้กลายเป็นผลดี

➢ นึกถึง สิ่งที่ไม่สมหวัง ไม่ประสบความสำเร็จที่เกิดขึ้นกับชีวิตเรา

(ตัวอย่าง) ไปสมัครงานที่ไหน สัมภาษณ์กี่แห่ง ก็ไม่ได้งานซักที่ ไม่สมหวัง ไม่ประสบความสำเร็จในการสมัคงาน

➢ คิดถึงผลดี ที่ได้จากสิ่งนั้น 5 ประการ

ผลดี คือ

1. ได้มีเวลาให้กับครอบครัว สอนหนังสือลูกชาย ดูแลสามี ตกแต่งบ้าน
2. มีโอกาสที่จะเรียนรู้สิ่งใหม่ๆ เช่น เรียนทำขนมเค้ก และตกแต่งหน้าขนมเค้ก

3. มีเวลาว่างที่พอเหมาะกับการเขียนหนังสือ และแต่งเรื่องราวเป็นเล่มเพื่อจำหน่าย
4. มีเวลาที่จะหยุดคิด ทบทวนการใช้ชีวิตที่ผ่านมา และวางแผนการใช้ชีวิตในอนาคต
5. มีเวลาพักผ่อน และปฏิบัติสมาธิอย่างเต็มที่

Practice: 13

How to transform a disadvantage into an advantage:

- Think about things you want to do but you could not make happen or the result was not as you expected. For example, I have never got any job offers, although I have attended a number of interviews.

- Think about 5 good things you get from the disappointment of not getting a job.

5 Good things are:

1. I have time for family, teaching my kid, looking after my husband and decorating my house.

2. I have the chance to learn new skills such as cake baking and cake decoration.

3. I have time to write books and publish them, selling them worldwide.

4. I have time to stop and think about what is happening in my life and I have time to plan for the future.

5. I have time for a break and to practice meditation.

การเดินทางที่ 14

อดีต

มีหลายครั้งที่ผู้แต่งฝันร้ายซ้ำๆ กัน เป็นเหตุการณ์ที่เกี่ยวกับอดีต แม้เวลาจะผ่านไปเนินนาน แต่ความทรงจำก็ยังอยู่ และยังมีผลต่อปัจจุบัน และต่อไปในอนาคตอีกด้วย

(ตัวอย่าง) ผู้แต่งเคยจมน้ำ ขณะที่นั่งเรือเล่นกับเพื่อนๆ เมื่ออายุประมาณ 6-7 ขวบ ทุกครั้งที่ผู้แต่งเข้าใกล้สระน้ำ จะมีอาการกลัวจับใจ แม้เวลาจะผ่านไปเกือบ 40 ปี หลังจากเรียนว่ายน้ำ แต่ว่าทุกครั้งที่เข้าสู่บริเวณน้ำลึก ความรู้สึกก็ยังแปลบขึ้นในใจ

เปลี่ยนเหตุการณ์ในอดีตที่ไม่ดี

- ❖ อดีต เปลี่ยนได้
- ❖ เปลี่ยนจากความทรงจำที่เจ็บปวด จากความผิดหวัง จากความไม่สมหวัง ให้ได้ดังที่หวังไว้

Journey 14

The Past

I always have the same nightmare about an event which took place many years ago. Although it occurred a long time ago, it is still fresh in my memory. It has an effect on my present life and it may affect my future too.

Example: I was drowning when I was 6 or 7 years old. Since then every time I get close to a canal, pool or lake, I feel scared, nervous and frighted. It is nearly 40 years ago now and I have learnt to swim. Whenever I swim in the deep end, that feeling still occurs inside my heart.

Change the bad memory

- ❖ Change the past event.
- ❖ Recover the memories from unhappy or disappointing events.

แบบปฏิบัติการเดินทางที่ 14

➢ คิดว่ากำลังนั่งอยู่ในโรงภาพยนตร์ ที่มีจอขนาดเล็กมาก และอยู่ห่างจากที่นั่งมาก

➢ กำลังฉายหนังขาว ดำ เกี่ยวกับความผิดพลาด สิ่งที่ไม่ประสบความสำเร็จในอดีตที่ผ่านมา

➢ ฉายเรื่องราวจากจุดสุดท้ายมาที่จุดเริ่มต้น ฉายอย่างรวดเร็ว เหมือนกับว่าเป็นเรื่องราวของคนอื่น ฉายเร็วขึ้น จนเราไม่มีความรู้สึกเศร้า ผิดหวัง หลงเหลืออยู่

➢ เปลี่ยนจอให้มีขนาดใหญ่ขึ้น ฉายเรื่องประสบความสำเร็จในอนาคตของตัวเราเอง ด้วยสีสด ใส รูปภาพสวยงาม พร้อมเสียงประกอบภาพ

➢ เข้าไปอยู่ในภาพยนตร์ที่กำลังฉาย สัมผัสความรู้สึกมั่นใจในความสำเร็จนั้น ทุกอย่างเป็นไปด้วยดี และสำเร็จตามที่ต้องการ

Practice: 14

- Imagine you are sitting in the cinema or the theatre in the last row and far away from the screen or stage.

- On the screen there is a movie about a disappointing and unhappy story which happened in the past.

- The story runs backwards at high speed. It is just like a story of other people. The story runs faster and faster until you cannot feel any sad or unhappy feeling.

- Change the screen to be bigger and make it show your success story which will happen in the future.

- Move yourself into that movie. Feel the confident and successful feeling. Everything has gone to plan.

การเดินทางที่ 15

ลบล้าง

ในแต่ละวันของชีวิต มีหลากหลายกิจกรรม ที่เราดำเนินใน ทางขนาน ในช่วงเลาเดียวกัน ซึ่งเป็นเรื่องธรรมดา ที่บางสิ่ง ไม่เป็นไปตามที่เราคาดหวัง เรามีความผิดหวัง ไม่ประสบ ความสำเร็จ ในขณะเดียวกัน เราก็มีความสงบสุขความ สมหวังกับการประสบความสำเร็จ หากแต่ว่า เมื่อไม่ ประสบความสำเร็จในสิ่งที่มั่นหมาย ย่อมนำมาซึ่งความ ผิดหวังและเสียใจที่ฝังตัวแน่นในความรู้สึก

ความรู้สึกเสียใจที่ฝังตัวแน่นในตัวเรา จากเหตุการณ์ จากอดีต ซึ่งต่อต้านการเดินต่อไปข้างหน้า ดังนั้นเราควร ที่จะกำจัดความรู้สึกที่ไม่ดี ที่ครอบงำออกจากตัวเราไปเสีย ลบล้างความรู้สึกผิดและผิดหวังในอดีต

Journey 15
Delete

In each day of our life, there are many activities. Some are good and some are bad. The good and successful ones give us happiness and cheerfulness. However, the bad and disappointing ones give us sadness, anger and stress.

The feeling of sadness and disappointment from the past is rooted inside our body. This feeling could prevent us from making progress in our future. Thus, it is better to get rid of this negative feeling which hides inside our body.

แบบปฏิบัติการเดินทางที่ 15

นึกถึงความรู้สึกไม่ดีที่ครอบงำเราอยู่ ให้คะแนน 1-100 และ คิดถึงความรู้สึกนั้นไว้ตลอดการปฏิบัติ

❖ ใช้สองปลายนิ้ว เคาะเบาๆ เหนือคิ้ว และเคาะใต้ตา 10 ครั้ง

❖ เคาะที่กระดูกไหปลาร้า, เคาะที่ใต้รักแร้ และเคาะที่สันข้อมือ

❖ เคาะบริเวณข้อต่อระหว่างนิ้วนางกับนิ้วก้อย อย่างต่อเนื่อง

　○ ในขณะที่หลับตา แล้วลืมตา, กลิ้งตาตามเข็มนาฬิกา 360 องศา แล้วทวนเข็มอีก 360 องศา

　○ ฮัมเพลง Christmas, นับเลข 1 2 3 4 5, ฮัมเพลง Christmas

- ❖ ใช้สองปลายนิ้ว เคาะเบาๆ เหนือคิ้ว 10 ครั้ง และเคาะใต้ ตา 10 ครั้ง

- ❖ เคาะที่กระดูกไหปลาร้า, เคาะที่ใต้รักแร้ และ เคาะที่สันข้อมือ

เมื่อจบการปฏิบัติให้ตรวจสอบว่า คะแนนความรู้สึกที่ไม่ดีลดลงอยู่ที่เท่าไร

Practice: 15

Think about that feeling of sadness or disappointment. Give it a score 1-100 to indicate how much it affects you right now when you are thinking about that event.

- ❖ Use your index and middle fingers to tap above your eyebrow 10 times and under your eyes 10 times.

- ❖ Tap on your shoulder close to your neck, your underarm and your wrist, 10 times for each position.

- ❖ Keep tapping at the area between your ring finger and little finger.

    - o Close and open your eyes, rolling them clockwise and anti-clockwise.

    - o Hum a Christmas song, count 1 2 3 4 5, and hum a Christmas song again.

- ❖ Use your index and your middle fingers to tap above your eyebrow 10 times and under your eyes 10 times.

- ❖ Tap on your shoulder close to your neck, your underarm and your wrist, 10 times for each position.

After finishing the process, check your negative feeling. Give it a score. How much has it reduced?

การเดินทางที่ 16

กราฟชีวิต

ชีวิตตั้งแต่เกิด เรียนหนังสือ แต่งงาน มีครอบครัว และจบฉากชีวิต จะมีซักกี่คนที่กำหนดทิศทางชีวิตของตัวเอง ส่วนใหญ่แล้ว เป็นการตัดสินใจของคนในครอบครัว ชีวิตของผู้แต่งก็เช่นเดียวกัน การดำเนินชีวิตเป็นไปตามการวางแผนล่วงหน้า

เมื่อผู้แต่งได้ใช้ชีวิตอยู่ที่ประเทศอังกฤษเพียงลำพัง ทำให้เรียนรู้ถึงเส้นกราฟแห่งชีวิตว่า ขณะนี้ยืนอยู่ ณ จุดไหนของช่วงเวลาทั้งหมดของชีวิต ทำให้มองเห็นภาพโดยรวม และจะทำอะไรต่อไป เป็นการหาทิศทางการเคลื่อนที่ของการเดินทางของชีวิตที่เกิดขึ้น จากอดีต สู่ปัจจุบัน และก้าวต่อไปยังอนาคต เส้นเวลานี้จะบันทึก เหตุการณ์ การเดินทางต่างๆไว้ ภายในร่างกายของเราและภายในจิตใต้สำนึกของเรา

Journey 16

Life Line

How many people set and control their own direction during their life, from when they were born, went to school, married and died? Most people depend on the decisions of their family. Their lives have been planned in advance.

However, when I had to live alone in Great Britain, I had the chance to learn about my life line. It indicates where I am at the present compared to the past and the future. I can see the whole picture of my life in one line. From this point of view, I can plan for the future. I can see which direction I took and which way I want to go in the future.

This life line contains every event which happens in our lives. It records the journey in our body and in our subconscious mind.

แบบปฏิบัติการเดินทางที่ 16

➢ นึกถึง กิจวัตรประจำวันที่เราทำอยู่เป็นประจำ เช่น อาบน้ำ แปรงฟัน ถ้าเรานึกถึงว่าเรากำลัง อาบน้ำ แปรงฟันใน วันพรุ่งนี้ เราเห็นภาพนั้นที่ด้านหน้า ด้านหลัง ด้านซ้าย หรือ ด้านขวา และ ภาพอยู่ไกลจากตัวมาก น้อย เท่าไร

➢ นึกถึงว่าเรากำลัง อาบน้ำ แปรงฟัน สัปดาห์หน้า, สัปดาห์ที่แล้ว, เดือนหน้า, เดือนที่แล้ว, 6 เดือนข้างหน้า, 6 เดือนที่แล้ว หาว่าภาพที่เราเห็น อยู่ที่ไหน ใกล้ไกลเท่าไร บน หรือล่าง ซ้าย ขวา หน้า หลัง

➢ เชื่อมต่อจุดทั้งหมดเข้าหากัน นี่คือ เส้นเวลาของจิตใต้สำนึก

Practice: 16

- Think about a normal activity that you do every day such as showering or brushing your teeth. If you think about yourself doing this activity tomorrow, you can see a picture of yourself while doing this activity. You can see yourself from the left, the right, the back and the front. You also can see how far away from you the picture is right now.

- Think about yourself doing the same activity, but this time think about doing it last week, last month, in the last six months, next week, next month, in the next six months. How far you can see you own picture doing that activity?

- Connect all of these pictures from the past to the future. This is your life line which is recorded in your subconscious mind.

การเดินทางที่ 17

"อนาคต" เขียนได้

สร้าง เนรมิต อนาคต เมื่อผู้แต่งยังเด็กๆ มักจะได้ยินผู้ใหญ่ คนแก่คนเฒ่า หรือ หมอดู พูดว่า อนาคตได้เขียนไว้แล้วที่ฝ่ามือ ในขณะนั้นครอบครัวของผู้แต่งอยู่ในฐานะที่ไม่ดีมากนัก ผู้แต่งคิดว่าคนที่เกิดมาจน ต้องจนไปตลอดชีวิต หรือ แล้วทำไมยังเห็นบางคนจนตั้งแต่เกิด แล้วร่ำรวยในภายหลังได้

ผู้แต่งได้ทำการศึกษา และค้นคว้าจากหลายๆแหล่งความรู้ จนได้ข้อความว่า ความเชื่ออยู่ที่ภายในจิต ความเชื่อในจิตใต้สำนึก พร้อมที่จะ เนรมิตการเดินทางสู่อนาคตที่เขียนได้ เราจะสัมผัส ความ รู้สึกตื่นเต้น และมีความสุข เหมือนอยู่ในสถานการณ์จริงได้ทั้งร่างกายและจิตใจ

Journey 17

Write the Future

Create, draw and write your own future. When I was young I heard the old people and fortune tellers talking about our future which was fixed as lines in our palm. I did not agree with them all. As I see it, some people were poor when they were young, then later they worked hard and got rich later in their life.

I have done a lot of reading and studying. I have found out about the belief which lives inside the subconscious mind. When we believe we can do something in the future, we can feel the excitement and happiness in both body and mind, just as if we are in the real situation.

แบบปฏิบัติการเดินทางที่ 17

➢ นึกถึงว่าปีหน้า เป็นปีที่ดีที่สุด สำเร็จได้ตามความประสงค์ ทุกสิ่งทุกอย่าง

- มีครอบครัวที่มีความรักและความสุข
- มีหน้าที่การงานในสถาบันที่ดี ตำแหน่งที่สูง
- มีเกียรติ คนนับถือ คนนิยมชมชอบ
- สุขภาพ ร่างกาย แข็งแรง สมบูรณ์
- สมบัติ เงิน ทอง มากมาย
- จิตใจ ผ่องใส เบิกบาน ทำสมาธิ ทุกวัน
- เป้าหมายที่เข้าเส้นชัย บรรลุความสำเร็จ คือ
- เป้าหมายที่มีความก้าวหน้าอย่างมาก คือ
- มีความคิดใหม่ๆ ที่เกิดขึ้น คือ

- ได้ฝึกปฏิบัตินิสัยใหม่ๆ คือ

- เรามีการเปลี่ยนแปลงตัวเองในหนึ่งปีที่ผ่านมา คือ

➢ นึกถึงภาพในขณะที่เห็นตัวเราเองมีความสุข ในเหตุการณ์นั้น เห็นภาพในขณะที่มีงานเลี้ยงปีใหม่ให้แก่พนักงานในบริษัท เรายืนอยู่บนเวทีกล่าวบอกข่าวดี เกี่ยวกับโบนัสแก่ทุกคน ทำเป้าหมายกำไรกว่า 20 ล้าน มีเสียงโห่ร้องดีใจ ตื่นเต้น เรารู้สึกมีความสุขที่เห็นทุกคนมีความสุข

➢ เอาภาพที่กำลังฉลองความสำเร็จนี้ที่มีขนาดใหญ่ สีสดใสใส่เข้าไปที่เส้นเวลา ที่ตำแหน่งหนึ่งปีข้างหน้า เรารู้สึกมีความสุขทุกครั้งที่นึกถึงฉลองความสำเร็จนี้

➢ ต่อไปเป็นการเติมเต็ม เส้นเวลา จากจุดปัจจุบัน จนไปถึงจุดที่ หนึ่งปีข้างหน้าที่กำลังฉลองความสำเร็จ

- 2-3 เดือนก่อนสิ้นปี เห็นภาพพนักงานกำลังทำงาน ยุ่งกับใบสั่งซื้อสินค้า แต่หน้าตาแจ่มใส

- 4-6 เดือนก่อนสิ้นปี เห็นภาพสินค้าตัวใหม่ หลากหลายรายการ วางเรียงราย อยู่ในกล่องที่ พึ่งส่งมาถึง

- 7-10 เดือนก่อนที่จะถึงสิ้นปี เห็นภาพกำลังออกแบบสินค้า ตัวใหม่ และเห็นสินค้าตัวอย่าง วางอยู่บนโต๊ะประชุม

➢ มองดูภาพเหล่านั้น แล้วปะติดกันในเส้นเวลาของเรา

➢ ลอยเข้าไปอยู่ในตัวเราในแต่ละภาพ เข้าไปประสบกับเหตุการณ์จริง สัมผัสความรู้สึกผ่านร่างกาย ในขณะนั้น มองผ่านดวงตา ได้ยินผ่านหู เรามีความรู้สึก มีความสุข พึงพอใจกับสิ่งที่เกิดขึ้นตามความประสงค์

➢ กลับมาที่ปัจจุบัน มองไปที่เส้นเวลาอนาคต เรารู้สึกมีความมั่นใจอย่างมาก ในการวางแผนจาก ความรู้ ความสามารถที่เรามี สู่อนาคตที่ต้องการของตัวเราเอง เราได้ทำแผนที่เส้นทางที่เราจะใช้เดินทาง ไปสู่อนาคตที่เราเนรมิต สร้างขึ้น

Practice: 17

> Imagine that next year is the best year ever. You are successful and you have everything that you wish for.

- Lovely family
- Good career
- Be respected in society
- Healthy
- Wealthy
- Beautiful mind and good meditation
- Targets met
- Good progress towards targets
- New ideas
- New habits

> See yourself in that happy and successful event

In the New Year Party, I stand tall on the stage and announce the good news that our company's profit is over 20 million pounds and that everyone will have a share as their bonus. I heard the sound of happiness from the staff.

> Put this exciting beautiful and happy event in the life line at next year. I feel happy every time I think about this celebration.

> Next, fill the life line from the present until the end of the year

- 2-3 months before the end of the year, staffs are busy with orders and packing but their faces look happy.

- 4-6 months before the end of the year, there are many new products packed in boxes and a list of orders.

- 7-10 months before the end of the year, I see designs for new products and some samples and prototypes.

➤ Put all of these pictures in your life line. Get into each activity, see, hear and feel the feeling in the body while inside the events. Feel happy and satisfied with things happening as planed and being successful.

➤ Back in the present look at the life line in the future. Be confident to make it happen as planned, to create and write your own future.

การเดินทางที่ 18
สิ้นคิด

คนที่มีความรู้สึกสิ้นคิด สิ้นหวัง หรือ คาดหวังมากมาย แสดงความอยากได้ อย่างออกหน้าออกตามากเกินไป จะแสดงออกชัดเจนทั้งทางหน้าตา กริยา ท่าทาง และความรู้สึก บุคคลเหล่านี้ ยากที่จะได้รับสิ่งที่ตนเองต้องการ และการตอบสนองในทางที่ดีจากบุคคลอื่น

ไม่เฉพาะกับแต่ผู้แต่งเท่านั้น คนเราทุกคนก็สามารถสัมผัสได้ แค่การพูดคุยเพียงห้านาที ก็จะสัมผัสความรู้สึกทางลบจากบุคคลเหล่านี้ได้ จะมีความรู้สึกไม่ไว้วางใจ ไม่สนิทใจ และไม่อยากจะยุ่งเกี่ยวด้วย

แต่ถ้าเมื่อเราเป็นเช่นนี้แล้ว หรืออาจจะกำลังจะเป็น หรือกำลังเป็นอยู่ เราจะออกจากสถานการณ์นี้ได้โดย การล้มล้างความรู้สึกสิ้นคิด สิ้นหวัง

Journey 18

Hopelessness

Hopelessness and greed always show clearly in a person's face, their actions, their mind and their body. They are too eager to get what they want. These people rarely get what they aim for.

This is because nobody wants to make any contact or to do any business with them. Their negative power is very high. It burns out the good feeling towards others. People will not trust them. They will feel uncomfortable and want to do nothing with them.

If you are in a hopeless or greedy state, you can escape by deleting or changing the way you think in your head.

แบบปฏิบัติการเดินทางที่ 18

➢ นึกถึงสิ่งที่ตัวเราอยากได้มากๆ เช่น เงิน ทรัพย์สิน การค้าขาย สินค้าได้มากๆ

➢ นึกถึงภาพสิ่งของนั้นๆ และฟังเสียงที่มาจากภายใน

➢ เคลื่อนภาพนั้นให้ไปไกลออกไป ทำให้เสียงเบาลง จนเรารู้สึก สงบเงียบ ไม่ตื่นเต้นกับสิ่งนี้

➢ นึกถึงภาพกลุ่มคนที่เรารักเราชอบและกลุ่มคนที่รักเรา ชอบเรา ขณะที่เรามีความสุขและประสบความสำเร็จ นึกถึงภาพ และเสียง ฟังเสียงคำชมจากคนเหล่านี้ หลายๆ ครั้ง

➢ ในขณะที่เรามีความสุขกับกลุ่มคนที่เรารักเราชอบ และ กลุ่มคนที่รักเราชอบเรา เราเห็นภาพสิ่งที่เราต้องการ และอยากได้ มากๆ เป็นภาพเล็กๆ โผล่มา ที่ข้างล่าง เป็นเพียงส่วนประกอบ เล็กๆ

➤ ในอนาคตให้เราคิดถึง สิ่งที่ตัวเราอยากได้มากๆ เป็นเพียงส่วนเล็กๆ อยู่ท่ามกลางสิ่งแสนวิเศษทั้งหลายที่เรามีอยู่แล้ว

Practice: 18

- Think about things that you want very much to have such as money, property or business.

- See the pictures and hear the sound of them from inside your mind.

- Move those pictures far away so that their sound become very quiet and you cannot see or hear anything. You will be peaceful and no longer excited.

- Think and see pictures of a group of people who love you and you love them. See and feel their love. Hear the sound of their admiration. You feel happy and successful with your group.

- While you feel happy and confident with your group, there are small pictures of what you want in the background.

➢ Think about something you want as a small picture in the background, behind the many wonderful things you already have.

การเดินทางที่ 19

ใจสำเร็จ

หัวใจห้าห้อง สำเร็จทุกอย่าง

1. มองภาพตัวเองที่มีความมั่นใจอย่างสูง ประสบความสำเร็จ

2. พูดกับตัวเอง ด้วยความมั่นใจ ด้วยน้ำเสียงเข้มแข็ง

3. ยืน เดิน นั่ง ท่าทาง ด้วยความมั่นใจ

4. เริ่มลงมือทำทันที

5. เป็นตัวของตัวเอง

ในการทำธุรกิจให้ประสบผลสำเร็จ เริ่มต้นด้วยการตั้งคำถามง่ายๆ ต่อตัวเราเอง

❖ คำถามที่หนึ่ง คือ
เราคิดว่ามีใครสักคนที่ต้องการสิ่งที่เราเสนอ?

   ○ ถ้าคำตอบ คือ ไม่มี แสดงว่าเรายังต้องทำงานเพิ่มเติม ในการพัฒนาสินค้า และถ้าสินค้านั่นคือตัวเราเอง เรายิ่งต้องปรับปรุงมากขึ้น

   ○ คำตอบ คือ มี

❖ คำถามที่สอง คือ แล้วพวกเขาเหล่านั้นคือใคร?

❖ คำถามที่สาม คือ จะหาพวกเขาได้ที่ไหน?

Journey 19

Mind Success

The 5 most important things that lead to success are:

1. See a picture of yourself with high confidence and successful
2. Talk to yourself with confidence and sincerity
3. Stand, sit, walk and act with confidence
4. Start immediately
5. Be yourself

In business, successful people start with simple questions:

❖ Question 1: Do you think anyone wants what you offer?

- Answer: No, you need to do a lot of work on your product. If that product is yourself, you need much more work to improve it.
  - Answer: Yes
- ❖ Question 2: Who are they?
- ❖ Question3: Where can you find them?

แบบปฏิบัติการเดินทางที่ 19

➤ เขียนรายชื่อ 20 คน หรือ บริษัท ที่อาจต้องการสิ่งที่เรามี

➤ จุดประสงค์คือคัดชื่อออกจากรายการ ให้รายชื่อถึงศูนย์เร็วที่สุด ติดต่อแต่ละคนเพื่อให้ได้คำตอบ ใช่ หรือไม่ใช่

➤ ให้คะแนนตัวเอง ในแต่ละวัน ตามจำนวนรายชื่อที่เหลืออยู่ในรายการ

ถ้ารายชื่อถึงศูนย์ในห้าวันติดต่อกัน เราได้ปรับเปลี่ยนตัวเราเอง และมีความมั่นใจเพิ่มเป็นอย่างมาก

Practice: 19

- Make a list of 10 people or companies who may want your products or services.

- The aim is to get rid of the list as fast as possible by contacting them and getting their answers: Yes or No.

- Give yourself the number remaining in the list as a score.

If you get the list down to zero for 5 days continously, you have changed and you are very confident.

การเดินทางที่ 20

"เชื่อ"

"เชื่อ" ในสิ่งที่เป็นไปไม่ได้ สมัยที่ผู้แต่งยังเป็นนักศึกษาปริญญาเอกที่มหาวิทยาลัย Southampton ประเทศอังกฤษ วันหนึ่งมีพายุ ลูกเห็บตกอย่างรุนแรงทั่วเมือง เมื่อผู้แต่งพูดคุยกับเพื่อนในกลุ่ม วิจัย เกี่ยวกับ ดิน ฟ้า อากาศ เพื่อนคนหนึ่งในกลุ่มถามผู้แต่งว่า เคยเจอลูกเห็บตกในประเทศไทยหรือไม่ ผู้แต่งตอบว่า มีลูกเห็บตกที่ประเทศไทยเป็นบางครั้งแต่ลูกไม่ใหญ่มากเท่าที่นี่

ทันใดนั้นเพื่อนที่เป็นชาวสิงค์โปร์และเคยมาท่องเที่ยวที่ประเทศไทย แต่ไม่เคยเห็นลูกเห็บตกตอนที่มา เธอจึงชิงตอบว่าเป็นไปไม่ได้ที่จะมีลูกเห็บตกที่ประเทศไทยเพราะไม่เคยมีลูกเห็บตกที่สิงค์โปร์ เหตุผลคือประเทศไทยและสิงค์โปร์ใกล้กัน อากาศต้องเหมือนกัน เพื่อนชาวสิงค์โปร์ผู้นี้ไม่เคยเชื่อว่า มีลูกเห็บตกที่ประเทศไทยจริงๆ

สถานการณ์ต่างๆที่เกิดขึ้นเกี่ยวข้องกับตัวเรา ไม่ว่าเกิดขึ้นแล้ว ในอดีต เกิดขึ้นในขณะปัจจุบันที่เห็นๆ กันอยู่ และที่กำลังจะเกิดขึ้นในอนาคต เกิดขึ้นจาก 3 ส่วนประกอบ คือ

❖ เราเกิดมโนภาพจากจิตใต้สำนึก

❖ เรามีความคิดเกิดขึ้น

❖ เราออกแรงกายทำมันขึ้นมา

สิ่งที่เราเชื่อ มักจะเกิดขึ้นจริงกับตัวเราเสมอ เราสามารถที่จะเปลี่ยนแปลงสิ่งที่เราประสบพบพานได้ จากการเปลี่ยนมุมมอง ทิศทางที่เราเลือกที่จะเห็น ถ้าเรามองว่าโลกนี้สวยงาม เต็มไปด้วยโอกาส เรามักจะเจอแต่สิ่งดีๆ เข้ามาในชีวิต เรายังสามารถที่จะสร้างสิ่งดีๆนั้น ขึ้นได้จากความตั้งใจ และการปฏิบัติของตัวเราเอง เราสามารถสร้างความเชื่อกับทุกๆ อย่างได้ การสร้างความเชื่อให้เกิดขึ้นทำได้ง่ายๆ คือ บอกกับตัวเอง ว่ามันเป็นความจริง ดังนั้นเราจึงสามารถที่จะสร้างสิ่งที่เราต้องการในชีวิต ให้เกิดขึ้นได้จากการที่เรามีความเชื่อในสิ่งนั้นๆ

Journey 20

Believe

Believe in the impossible. One day, when I was a PhD student at the University of Southampton, there were hailstones everywhere in the city. While we discussed the weather, one of my friends asked if there were any hailstones in Thailand. I said "yes but they were not as big as here". Suddenly, a Singaporean student disagreed with me. She said they have never had hailstones in Singapore. Therefore, it was impossible to have them in Thailand since we are in the same area. This friend has never believed that there were hailstones in Thailand.

Everything that we see around us in the past, present and future is created by 3 steps:

1. See pictures in our subconscious mind

2. Have the ideas

3. Work to make them happen

The thing that you believe always occurs in your life. You can create what you want by changing direction. If you think the world is beautiful and full of opportunity, you will meet only good things in your life.

You can create good things from your intention and you work for them. You can make yourself believe in everything. To create the belief is simple; just tell yourself that it is the truth, then you can build it or make it happen in your life.

แบบปฏิบัติการเดินทางที่ 20

➢ เขียนรายการ เป้าหมายที่ต้องการ 3 เป้าหมาย

➢ ในแต่ละเป้าหมาย เขียนข้อความที่สามารถ
ที่จะเชื่อได้ว่า เป็นความจริง

(ตัวอย่าง)

เป้าหมาย ต้องการเป็นนักการขายที่ดีที่สุดในบริษัท

(ตัวอย่าง)

ความเชื่อ

- การขาย เป็นสิ่งที่ง่าย และ สนุกสำหรับเรา

- ยิ่งเราพูดกับคนมากเท่าไหร่ ยิ่งทำให้
  การขายง่ายขึ้น

- การเรียนรู้เทคนิคในการขาย มากยิ่งขึ้น

- ช่วยให้เราพัฒนาจิตใต้สำนึกได้ดีขึ้น

- สร้างความเชื่อโดยบอกตัวเราว่ามันเป็นความจริง แสดงหลักฐานยืนยัน ปฏิบัติเหมือนกับว่าเป็นจริง
    - วันนี้ วันศุกร์ ที่ 26 สิงหาคม 2557, เราชื่อว่า เกษร เพ็ชราช, ยิ่งเราพูดกับคนมากเท่าไหร่ ยิ่งทำให้การขายง่ายขึ้น เพราะว่าเรารู้ว่าแต่ละคน มีความต้องการที่แตกต่างกัน
    - ถ้าเรารู้ว่า ยิ่งเราพูดกับคนมากเท่าไหร่ ยิ่งทำให้การขายง่ายขึ้น เราควรจะทำอย่างไร เพื่อที่จะเป็นนักการขายที่ดีที่สุดในบริษัท
        - หารายชื่อคนในวงการเดียวกัน ที่อาจจะต้องการ สินค้า หรือ บริการของเรา
        - ติดต่อทางโทรศัพท์ จดหมาย
- เลือกหนึ่งรายการ ที่จะทำในเวลา 24 ชม.

Practice: 20

- Make a list of 3 objects that you really want to have.

- In each list, write messages that you believe are true.

For example,

"I want to be the best salesman in the company".

- These messages you believe to be true.
    - Selling is easy and fun
    - The more you talk to people, the easier the sale can be made
    - Your sales techniques get better
    - Selling helps to develop your subconscious mind

- To create the belief, tell yourself these messages are true. Prove it. Show the evidence.

    - Today is Friday 26th August 2014. My name is Kesorn Pechrach. The more you talk to people, the easier it will be to make the sale because I know each person wants a different thing.

    - The more you talk to people, the easier it will be to make the sale. What should I do in order to be the best salesman in the company?

    - Find the list of people who may need your products or services.

    - Make contact by e-mail or phone.

- Choose one list to start within 24 hours.

การเดินทางที่ 21

มองเห็น

เรามักจะเห็นในสิ่งที่เรามองหา เรามักจะวิตกกังวลกับทุกๆ อย่าง และต้องการที่จะแก้ปัญหาทุกอย่างในเวลาเดียวกัน ยิ่งเราอยากจะแก้ให้เสร็จสิ้นเร็วมากเท่าไร ปัญหายิ่งพันกันมากขึ้นเท่านั้น

เหมือนกับการที่เราอยากจะแยกน้ำใสออกจากแก้วที่มีน้ำขุ่นที่ผสมด้วยโคลนตม ถ้าเรานำไปต้มยิ่งทำให้ขุ่นมากขึ้น ทางแก้ คือเอาแก้วน้ำนั้นวางไว้เฉยๆ อย่าแตะต้อง น้ำใสจะแยกตัวออกมาเอง

เหมือนกับปัญหาต่างๆ เมื่อจิตใจ เราสงบ จิตใจเรา ใสเสมือน น้ำใส เราจะมองเห็นทางแก้ แต่ละปัญหาอย่างง่ายดาย การทำให้จิตใจเราสงบนั้น สามารถฝึกได้จากการทำสมาธิ

Journey 21

Seeing

People always see what they are looking for. They always worry about every problem at the same time. They want to solve them all and finish them off at once. However, the more they try, the more they get tangled up.

It is similar to when we want to separate clear water from a cloudy liquid. If we put the liquid on the heat, they keep mixing more. The best thing is to leave it alone, not disturb it and not make any contact. The clear water will separate itself.

We can see ways to solve every problem in our life, no matter how big or how small, whether they are simple or complex. When our mind is peaceful it is as clear as water. The best way to create a peaceful mind is meditation.

แบบปฏิบัติการเดินทางที่ 21

➢ ลองมองไปรอบๆ ห้อง จดจำสิ่งของรอบตัวที่มีสีแดง 5 อย่าง เมื่อครบแล้วให้หลับตา แล้วบอกรายการทั้งห้าที่มีสีแดง มีอะไรบ้าง

➢ บอกรายการ 5 อย่าง ที่มีสีเหลือง มีอะไรบ้าง
จะเห็นว่า รายการสีแดงนั้นง่ายที่จะตอบ แต่คำถามที่สอง ยากที่จะตอบ เพราะว่าเราไม่ได้ตั้งใจที่จะมองหารายการที่มีสีเหลือง จึงมองไม่เห็นสีเหลืองรอบตัว

Practice: 21

- Look around your house. Find 5 items which have a red colour. When you get them all, close your eyes and say the list of these five items.

- Can you say a list of 5 yellow items in the same house? It is not easy to answer this question because your attention was on red items, not other colours. Thus, when you close your eyes, you can review in your mind only the red coloured items.

การเดินทางที่ 22

ทางเดิน

เส้นทางการเดินทางของเรา บางทีราบเรียบ เดินผ่านง่าย บางครั้งสวยงามเหมือนกับที่เรียกว่า โรยด้วยกลีบกุหลาบ แต่บางครั้งยากลำบากอย่างยิ่ง เมื่อผู้แต่งต้องเดินผ่านเป็นคนแรก ต้องถางเส้นทางเดินด้วยตนเอง หากเปรียบเทียบการ เรียนรู้และความภาคภูมิ ใจแล้ว อย่างหลังนั้นมีความหมายมาก และเป็นเหมือนจุดส่งต่อการปฏิบัติในขั้นตอนต่อไป

ตัวเราคือผู้สร้างทางเดินของชีวิต เป็นนายของชีวิตเรา เป็นผู้สร้างสิ่งที่เราต้องการ สิ่งที่จะทำให้เรามีความสุข การสร้างทางเดินของตัวเองนั้น มาจากพลังจากภายใน ความรู้สึกจากภายใน เสมือนเราเป็นผู้สร้างมันขึ้นมา

❖ ความรู้สึกจากภายนอก : เราเห็นว่า กว่าจะได้เงินมานั้น มันช่างยากเหลือเกิน

❖ ความรู้สึกจากภายใน : ทำงานเพื่อให้เรามีคุณภาพชีวิตที่ดี มีความผ่อนคลาย ไร้กังวลต่อการทำงานใดๆ ก็ตาม

Journey 22

The Path

A path is a way or track laid down for walking. Some paths are very nice to walk on, some are too hard and hurt our feet. However, when you are the first person choosing to walk in that direction, you have to make and build your own path. This path is the most valuable path in your life because you have to use your brain and your power to create it. You feel very satisfied, happy and successful.

Similarly, in your life, you can create the way you want to go. You are your own boss. You can build and create things that you want or things that make you happy. The internal power from your body creates your pathway of life.

แบบปฏิบัติการเดินทางที่ 22

➤ เขียนเรื่องราวสั้นๆ เกี่ยวกับสถานการณ์ปัจจุบัน ในชีวิตของเรา ที่เราต้องการที่จะเปลี่ยนแปลงให้ดีขึ้น

(ตัวอย่าง)

"ชีวิตเราตอนนี้ช่างเลวร้ายเหลือเกิน เงินก็มีน้อยเหลือเกิน งานก็ไม่มีทำ สมัครงานที่บริษัทไหนกี่แห่งก็ไม่ได้สักทีหนึ่ง แถมยังมีลูกเล็กที่ต้องดูแลตลอดเวลา รับ ส่ง โรงเรียน สอนการบ้าน ดูแลบ้าน เก็บ กวาด เช็ด ถู ซื้ออาหาร ทำอาหาร ซัก รีด เสื้อผ้า อื่นๆ อีกมากมาย ไม่มีเวลา ที่เราจะได้ทำในสิ่งที่เราต้องการ"

➤ จากข้อความเบื้องต้น ค้นหาข้อความที่เชื่อว่า เป็นข้ออ้าง, เหตุผล, จากการเกี่ยวข้องของบุคคล หรือเหตุการณ์จากภายนอก

➤ เขียนเรื่องราวใหม่ เสมือนว่าสิ่งเหล่านี้ให้ประสบการณ์ต่างๆ ใหม่ๆ กับเรา

"เรามีความสุขบางครั้งบางคราวกับชีวิตในขณะนี้ เพราะ เราไม่ต้องเร่งรีบกับชีวิตมากนัก ให้เวลาทั้งหมดกับลูก สามี และครอบครัว แต่เรารู้สึกว่างานบ้านมีมากมายเหลือเกิน แล้วก็ทำโดยไม่ได้ค่าจ้าง ไม่มีเงินใช้ส่วนตัว ไม่มีความภาคภูมิใจ และรู้สึกไม่ได้รับเกียรติจากงานบ้านที่ทำ แต่ก็มีเวลาได้แต่งหนังสือหลายเล่ม เปิดสำนักพิมพ์ของตัวเอง ได้เรียนทำขนมเค้กที่อยากจะทำเป็นตั้งแต่เด็ก และ ได้ทำอาหารที่มีคุณค่าให้กับคนที่เรารัก"

➤ เขียนเรื่องใหม่เสมือนกับว่า เราเป็นผู้แต่งเรื่อง เป็นผู้สร้าง เป็นผู้ทำให้เหตุการณ์ต่างๆ เกิดขึ้น แต่งเรื่องเพิ่มเติมให้ไป ในทิศทางที่เราต้องการ

"ในอีก 20 ปีข้างหน้า ลูกชายเรียนจบมหาวิทยาลัย มีอาชีพและมีครอบครัว มีเราสองคนอยู่ที่บ้าน มีคนทำความสะอาด ซักรีดเสื้อผ้า สัปดาห์ละสามวัน อาหารทุกมื้อส่งมาจาก ร้านอาหารชั้นนำ มีรายได้จากการขายหนังสือ จากสำนักพิมพ์ จากบริษัทวิจัย จากขายลิขสิทธ์

และสินค้าของตนเอง และจากบริษัทสถาปนิกของตนเอง ได้รับเชิญจากหลายหน่วยงาน และมหาวิทยาลัยให้เป็นที่ปรึกษาพิเศษ ได้รับเกียรติคุณมากมาย ได้ทำงานที่มีเกียรติสมฐานะ มีเงินที่จะเลี้ยงตัวเอง ครอบครัว และลูกน้องให้มีความสุข มีเพื่อนฝูง คนนับถือในวงสังคมมากมาย"

Practice: 22

- Write a present condition that you want to change.

(Example)

My life is very bad. I do not have a lot of money and no job. No matter how many interviews I attended, they do not offer me any job. Moreover, I have a small child who I have to look after all the time. I have to cook, clean, walk and pick him up from the school. I have a lot of housework such as cleaning, cooking, shopping for food and ironing. I never have time for myself to do what I want.

- From that message, find out if it is an excuse or a real reason which influenced by external people or situations.

- Rewrite the story and show what new experience you obtained from your present situation.

(Example)

My life is a little bit happy. The good thing is I don't have to hurry to get up very early and run to work. I donate most of my time to my family. There is so much housework and it is never finished. It is hard work with no pay. I do not earn any money from doing this housework. It does not count as work and I am not respected for doing it. However, I have more time to write my books and set up my own publishing. Also, I have time to learn to make cakes which was my dream since I was a little girl. I have time to cook and prepare good food for people I love.

- Rewrite the story again. It is a story that you create. You make it happen by yourself. Continue plotting the story further into the future.

(Example)

I have planned to spend time with my family as the first priority. Also, to set up my book publishing to sell my books, my friend's books, or relatives who want to have their book published. I have not earned any money yet because I have just started. In the next 15 years when my child graduates from university, earns his own money and has his own family, I will not worry about him anymore. I (60 years old) will be living with my husband (67 years old). We will have cleaners to clean our house and to do the laundry and ironing every day. Our meals will be freshly prepared by restaurants and sent directly to us at home or they will send us a car with a driver to pick us up if we want to eat out. Our main income will come from book publishing, our research company, royalties from our patents, sale of our invented products and services from our architecture firms. Both my husband and I will have been engaged by universities to give talks and presentations as invited speakers, at both local and international levels. I will be proud of the jobs we will do. We will make good profits to cover our own and our family's expenses and to pay bonuses to our staff. I will have a lot of good friends around me.

การเดินทางที่ 23

ฝึกฝน

มีหลายครั้งที่ผู้แต่งถามเพื่อนๆ ที่มีครบทุกอย่าง เท่าที่มองจากสายตาของคนภายนอก มีทรัพย์สิน เงินทองมหาศาล มีครอบครัวที่น่ารัก แต่ก็ยังไม่มีความสุข ซึ่งความรู้สึกนี้เกิดขึ้นกับ ผู้แต่งหลายต่อหลายครั้งเหมือนกัน

นี้เป็นเพราะเราถูกสอนให้ต้องประสบความสำเร็จเหมือนคนนั้นหรือคนนี้ และเมื่อเราประสบความสำเร็จถึงจุดนั้นแล้ว แล้วจะทำยังไงต่อไป ไม่มีใครตอบคำถามนี้ได้ นอกจากตัวเราเอง นั่นคือ เราต้องเรียนรู้ที่จะคิดเป็น ไม่เพียงแต่เลียนแบบเป็นอย่างเดียว

เราต้องรู้ว่า เราคือใคร เนื้อแท้สำคัญของตนเอง มีจุดยืนอยู่ที่ไหน ความสุขและคุณภาพชีวิตของเราแท้จริงโดยที่เราไม่ต้องเปลี่ยนแปลงตัวเองเพื่อให้ได้มา ในสิ่งที่เรา

ต้องการ แต่สิ่งที่ต้องทำคือ ฝึกฝนความเชี่ยวชาญในสิ่งนั้นๆ

(ตัวอย่าง)

ผู้แต่งชอบที่จะลองเล่นกีฬาใหม่ๆอยู่เสมอ แต่ก็เล่นแต่ละอย่าง ไม่นานนักก็เลิก และมักจะให้เหตุผลว่า เราเล่นไม่เก่ง เราไม่มีความสามารถมากพอสำหรับกีฬานั้นๆ จนกระทั่งมาถึงกีฬาว่ายน้ำ ซึ่งก็เป็นเช่นเคย คือ กำลังจะเลิก และครูสอนว่ายน้ำยังตอกย้ำอีกว่า ใช่แล้ว คุณไม่เก่ง แต่มีคำถามต่อว่า แล้วคุณอยากจะเก่งขึ้นหรือเปล่า ?

ครูสอนว่ายน้ำ กล่าวต่อว่า เพียงฝึกซ้อมว่ายน้ำ วันละ 30 นาที และว่ายน้ำ เป็นระยะทาง 500 เมตรทุกวัน ภายในเวลา 1 เดือน คุณจะรู้ว่าการว่ายน้ำของคุณดีขึ้นมาก ผู้แต่งฟังแล้วอึ้ง เพราะถ้าเป็นเมื่อก่อน ผู้แต่งก็คงจะคิดว่าถึงทางตันแล้ว ต้องเลิก หรือต้องถอย ครั้งนี้แตกต่าง ผู้แต่งรู้สึกทึ่งและดีใจที่มีความ เป็นไปได้ที่ จะเก่งขึ้น นั่นคือ ผลจากการฝึกฝน

Journey 23

Training

I have many friends who look from outside perfect, complete with property, money, fame and family. Looking from outside they are complete and perfect. Why they don't feel happy? Feeling unsatisfied and unhappy has also occurred to me from time to time.

This is because we have been taught to be successful like this person or that person. We have done everything that we were expected to do. When we have arrived at the highest point, we have no idea what we should do next. We learn by copying only and we have never learned to think.

You have to know who you are and what your advantages, disadvantages and weak points are. What is your quality of life? You can get what you want without changing yourself. What you have to do is to practise and to train.

(Example)

I like to play sports. I have tried them all but it does not last long. I always have the excuse that I am not good and move on to the next one, until I tried swimming. When I told my swimming teacher that I wanted to quit the course, her answer astonished me. She confirmed that I was right, that I was no good. She asked if I want to get better. She said that if I swim only 30 minutes per day for one month, I would see a real improvement in my swimming. I felt great and happy because I had a chance to get better. If I had done the same as before, this would have been the end.

แบบปฏิบัติการเดินทางที่ 23

เราสามารถที่จะสร้างและเนรมิต สิ่งที่เราอยากได้ สิ่งที่เราต้องการนั้นขึ้นมาได้ แล้วมีอะไรบ้างที่ เราอยากจะสร้างขึ้น เนรมิตขึ้น เพื่อตัวเราเอง และเพื่อประโยชน์ของโลกใบนี้

➢ เขียนรายการ เป้าหมาย
  o เป้าหมายที่ "ควรจะทำ" เพื่อที่จะทำให้เราดีขึ้น เป็นโอกาสที่ดี ที่จะทำในปีหน้า
  o เป้าหมาย "ขั้นตอนต่อไป" เป็นสิ่งที่ทำต่อเนื่องจากปีที่ผ่านมา
  o เป้าหมายของ "คนอื่น" เช่น พ่อแม่อยากให้เราเป็นนั้น เป็นนี่ ทำสิ่งนั้น ทำสิ่งนี่

➢ เขียนรายการ สิ่งที่ตัวเราเองเท่านั้นที่อยากได้ ไม่เกี่ยวกับคนอื่นๆ
  o สิ่งที่ฝังลึกในใจ ที่เคยฝันกลางวัน
  o สิ่งสวรรค์บันดาลให้ได้
  o สิ่งที่เราอยากได้นั้น ได้มาโดยที่ไม่ต้องแลกเปลี่ยนกับสิ่งที่เรามีในปัจจุบัน

- o สิ่งที่ไม่มีใครแคร์ ไม่มีคนจับตามอง และไม่ทำร้ายใคร
- o สิ่งที่คิดว่าเป็นไปได้ยาก ยากมากที่จะได้
- o สิ่งที่ทำให้เราตื่นเต้นและยิ้มในใบหน้า สิ่งที่อยากทำ อยากเป็น สถานที่ที่อยากจะไป
- ➢ แต่ละรายการ ถามตัวเองว่า ตัวเราอยากได้จริงๆ หรือ ไม่
    - o ใช่   เก็บไว้
    - o ไม่   ขีดทิ้ง
    - o ไม่แน่ใจ   ขีดทิ้ง
- ➢ แบ่งรายการที่เก็บไว้ ออกเป็น 2 ส่วน คือ
    - o รายการสวรรค์บันดาล เป็นสิ่งที่เราอยากได้ แต่ยาก หรือเกินกว่าที่เราจะสร้างเอง หรือทำขึ้นมาได้ เรามักจะได้มันมา แบบประหลาดใจ อย่างไม่คาดหวัง
    - o รายการที่เป็นโครงงาน ที่เราต้องวางแผน และลงมือทำ เพื่อให้เกิดผลขึ้นมาได้
- ➢ ในแต่ละรายการที่เก็บไว้ที่เป็นโครงงาน

- o อยากจะทำสิ่งนี้ในปีหน้า หรือไม่
- o ต้องการใช้เวลาและแรงกายทำสิ่งนี้ หรือไม่
- o ถ้าไม่ได้ผลลัพธ์อย่างที่หวัง เราจะยังเสียเวลาทำ หรือไม่
➤ เปลี่ยนรายการจากเป้าหมายให้กลายเป็นโครงงานที่เราสามารถที่จะทำให้เกิดผลตามที่เราต้องการ
  - o เป้าหมายเป็นสิ่งในอนาคต แต่โครงงาน คือ ปัจจุบัน
  - o เป้าหมายคือการทำเพื่อให้ถึงจุดที่ตั้งไว้ แต่โครงงานคือสิ่งที่เราทำอยู่ในปัจจุบัน
  - o เป้าหมายมีจุดหมายอยู่ที่ผลลัพธ์ แต่โครงการมี จุดหมายอยู่ที่การกระทำในทุกๆ วัน
  - o เป้าหมายเราต้องรอจนวันที่ประสบความสำเร็จ แต่โครงการ เราประสบความสำเร็จทุกวันจากการทำตามแผนที่กำหนดไว้
➤ วางแผนและควบคุม การปฏิบัติการในโครงการ
  - เขียนรายการที่ต้องทำในแต่ละชั่วโมง

- โทรบอกเพื่อนว่าจะทำอะไรในหนึ่งชั่วโมงข้างหน้า
- หลังจากหนึ่งชั่วโมงผ่านไป โทรบอกเพื่อนว่า ได้ทำอะไรไปแล้ว และจะทำอะไรในหนึ่งชั่วโมงข้างหน้า

Practice: 23

You can build, make and create what you want for yourself and for this world.

- ➢ Make a list of things you want or targets you want to achieve.
    - o Things that you should do
    - o Things continued from previous years
    - o Things that other people want such as your family's wishes
- ➢ Make a list of only things that you want.
    - o Things that are buried in your mind
    - o Gifts from heaven
    - o Things that you do not have to exchange for the things you already have.
    - o Things that nobody cares if you take them.
    - o Impossible things that are hard to get.

- Things that make you excited and make you smile.
- For each item in the list, asks yourself if you really want it!
  - "Yes" : keep it
  - "No" : delete it
  - "Maybe": delete it
- Divide the items for which you answered "Yes" into 2 groups:
  - Gifts from heaven. They are the items which are not easy to make or things that arrive without effort.
  - Working projects. You have to plan and work on them in order to make them happen.
- For items in the working projects list, ask yourself these questions.
  - Do you want to do it next year?
  - Do you want to spend time and effort on this item?

- If the result is not as you expect, will you keep going?
  - A target is in the future, but a working project is in present.
  - A target is what you want to achieve in the end, but a project is working right now.
  - A target is the end result, but a working project is every working day.
  - Targets have to wait until the day of success, but projects are successful every day if working to plan.
- Plan and control working project.
  - Write a list of activities, jobs that have to be done every hour.
  - Call your friends and tell them what you are going to do in the next hour.
  - After one hour passes, call and tell them what jobs you have done and what you are going to do next. Your friends can be replaced by a

mobile phone, answering machine or alarm clock.

การเดินทางที่ 24

ข้อแก้ตัว

คนเรานี้ช่างแปลกนัก เมื่อไม่อยากทำ หรือ ทำไม่สำเร็จ หรือ อยาก เลิกทำ ก็หาข้ออ้างสารพัดปัญหา และ หาข้ออุปสรรค มากมาย หรือหาข้อแก้ตัวให้ตัวเอง ถ้าเราอยากจะได้ สิ่งใดสิ่งหนึ่งจริงๆ ย่อมต้อง มีหนทาง เส้นทาง วิธีการ ที่เราจะสามารถทำให้เกิดขึ้น ทำให้ได้มา ในสิ่งนั้นๆ

ปัญหาหรืออุปสรรคต่างๆที่กีดขวางทางเดิน ถึงจะใหญ่มาก แค่ไหน ก็สามารถที่จะแตกแยกออกเป็นปัญหาย่อยๆ ง่าย แก่การแก้ไขได้ เปลี่ยนจากคำแก้ตัวเป็นอุปสรรค และ เปลี่ยนอุปสรรคให้เป็นปัญหา แตกปัญหาใหญ่ๆ ให้กลาย เป็นเรื่องเล็กๆ

Journey 24

Excuses

Excuses are always the best way to escape from doing that which we do not want to do or which is difficult. We always use excuses for everything. However, if we really want it, we will find the way to do it or we will do everything to make it happen.

Every big problem can be broken up into small problems. When they are small, it is easy to solve them or find ways round them. Excuses can be considered as problems. They can then be solved.

แบบปฏิบัติการเดินทางที่ 24

- เขียนเป้าหมาย 2 สิ่งที่เราอยากได้ เป็นเป้าหมายใหญ่ และเป้าหมายเล็ก

- อะไรที่เป็นตัวปิดกั้น ไม่ให้เราทำตามเป้าหมาย
    - ข้อมูล
    - ความรู้ ความชำนาญ
    - ความเชื่อ
    - สุขภาพ
    - บุคคลภายในครอบครัว ทั่วไป
    - แรงกระตุ้น แรงจูงใจ
    - เวลา
    - เงิน
    - ความกลัว

- พิจารณาว่า เป็น ข้ออ้าง ข้อแก้ตัว หรือ เป็นอุปสรรค เป็นสิ่งกีดขวาง

- ถ้าเป็นอุปสรรค หาทางข้ามโดยปรึกษาเพื่อนผู้รอบรู้ด้านต่างๆ เพื่อที่จะตีสิ่งกีดขวางนี้ให้แตกเป็นเสี่ยงๆ
- ถ้าเป็นข้ออ้าง ให้แก้เหมือนเป็นอุปสรรค หรือยกเลิกเป้าหมายนั้นเสีย

Practice: 24

- Make a list of 2 targets: one is a super big target and the other one is a small target.

- What are the obstructions? You have to prepare:

    - Information
    - Knowledge
    - Belief
    - Health
    - Family member
    - Motivation
    - Time
    - Money
    - Fear

- Consider if they are excuses or obstructions.

    - If they are obstructions, ask for help from friends or professionals.

- If they are excuses, find some help or cancel the project.

การเดินทางที่ 25

ถูกต้อง

มีหลายครั้งที่ผู้แต่งถามตัวเองย้อนหลังว่า เราเลือกเดินทางที่ถูกต้อง หรือตัดสินใจถูกหรือไม่ เมื่อย้อนดูสถานการณ์ในขณะนั้น ดูเหมือนการตัดสินใจแบบนั้นดีที่สุดแล้ว และผู้แต่งยังมีคำถามต่อเนื่องว่า ทำอย่างไรที่จะตัดสินใจถูกตลอดเวลา

การตัดสินใจไม่ส่งผลกระทบต่อชีวิตเรามากเท่ากับ วิธีการที่เราจัดการกับผลลัพธ์ ผลต่อเนื่องจากการตัดสินใจนั้น ก่อนตัดสินใจ ถามตัวเองว่า "เราต้องการหรือไม่, เราชอบที่จะทำ หรือมีอารมณ์ที่อยากทำหรือไม่"

นอกจากนั้นแล้ว การตัดสินใจ ยังขึ้นอยู่กับ

- ❖ ควร หรือไม่ควร
- ❖ เพ้อฝัน หรือเปล่า
- ❖ ความรู้สึกชอบชั่วครั้ง ชั่วคราว

❖ ความต้องการ จากใจเราจริงๆ

มีอีกสิ่งหนึ่งที่เป็นตัวช่วยที่สำคัญในการตัดสินใจ คือ ปัญญา ซึ่ง ปัญญา อยู่กับเราตลอดเวลา ถึงจะอยู่อย่างสงบเงียบ แต่ฉลาด หลักแหลม และจะออกมาก็ต่อเมื่อเราสงบนิ่ง และตั้งใจที่จะรับฟังความรู้ จากปัญญา เรามักจะได้คำตอบในตัวเองว่าจะต้องตัดสินใจทำอย่างไร

การปฏิบัติเพื่อให้เราสงบนิ่งนั้น ทำได้ง่ายๆ จากการรักษาศีล 5 และจากฝึกทำสมาธินั่นเอง

Journey 25

Right

Many times I ask myself if I did the right thing the past. Did I make the right choices and decisions? However, when I look back at that particular time, that decision was the best and most suitable for that situation. In the future how can I always make the right decision?

When I consider all of the decisions I have made, the decision is not as important as how I dealt with the results and outcome of those decisions. From now on, before I make any decision I will ask myself "Do I really want it? Do I really like it? Am I going to work hard on it?" These questions will help to obtain the right answer.

In addition, the way we make a decision still depends on:

- ❖ Should I or should I not?
- ❖ Day dream?
- ❖ Temporary or fashion?
- ❖ Really want it and in love from the bottom of my heart?

There is also one helper which is very important in helping us to decide. It is wisdom which lives quietly inside our body. Wisdom is very intelligent, clever and knows everything. It always has answers for every question. Wisdom will come out when we are peaceful, quiet, calm and intending to listen. We will know the answer by ourselves which decision to make.

The way to practise being calm is easy. Start with 5 precepts and meditations.

แบบปฏิบัติการเดินทางที่ 25

➢ เขียนสถานการณ์ หรือ สิ่งที่เราต้องตัดสินใจ อยากได้ความช่วยเหลือจากจิตภายใน

➢ เขียนรายการที่เรารู้แน่แท้ เช่น

   o วันนี้ วันที่

   o เราชื่อ

   o เราอายุ

   o เราเรียนจบ

➢ เขียนข้อความที่เกิดขึ้นในขณะนั้น ซึ่งเกี่ยวข้องกับสถาน การณ์ที่เราต้องการความช่วยเหลือในการตัดสินใจ

Practice: 25

- Write a situation, an event or something that you need help with from the subconscious mind.

- Make a list of what you really know and are sure about such as:
    - Today is….
    - My name is…
    - I am … years old
    - I graduated from….

- Write down the message for which you need help in making a decision.

การเดินทางที่ 26

คิด รู้สึก

ความคิด ความรู้สึก และความหวัง ความรู้สึก สุข เศร้า โกรธ เคียดแค้น อารมณ์ความรู้สึกต่างๆ นั้น เกิดขึ้นจากความนึก ความคิดของตัวเราเอง ไม่ใช่จากสิ่งแวดล้อมภายนอก หรือบุคคลรอบข้าง หรือสังคมที่ก่อให้เราเกิดความรู้สึกดีหรือไม่ดี

เมื่อความคิดของเราเปลี่ยนไป อารมณ์ความรู้สึกของเราก็จะเปลี่ยนตามไปด้วยเป็นอัตโนมัติ อารมณ์ของเรานี้เองที่เป็นตัวกำหนด โลกรอบตัวเราว่าสดใส สวยงาม ทำอะไรก็สำเร็จทุกอย่าง อยากได้อะไรก็ได้ดังใจหวัง หรือว่าโลกนี้มืดมนมาก ไม่มีที่ไหนสำหรับเรา เราเป็นคนที่ไม่มีใครต้องการ

เราสามารถใช้ความรู้สึกเป็นสัญญาณเตือนภัยล่วงหน้า เมื่อเรามีความรู้สึกดี นั่นคือ เรามีความสุข มีความรัก ผ่อนคลาย เรียบๆ ง่ายๆ แสดงว่าความคิดของเรา เป็นไปในทางบวก

แต่เมื่อเรามีความรู้สึกที่ไม่ดี เช่น โกรธ สิ้นหวัง หมดหนทาง ความตึงเครียด อึดอัด ไม่สบาย แสดงว่า ความคิดของเราในขณะนั้นไม่ค่อยจะดีนัก

เมื่ออารมณ์ของเราเป็นกลางๆ และกำลังลงต่ำ ความคิดเห็นของเรามักจะผิดเพี้ยน ความรู้สึกเริ่มไม่ดี อารมณ์ขันเริ่มหายไป มีความรู้สึกรีบเร่งด่วนตลอดเวลา อยากทำทุกอย่างให้แล้วเสร็จพร้อมๆ กัน ในเวลาเดียวกัน ทันทีทันใด หรือ เฉื่อยชามากๆ ไม่อยากทำอะไรซักอย่าง

Journey 26

Think and Feel

We think and feel emotions such as hope, happiness, sadness or anger. All of these emotions come from inside our body, from the way we think. They are nothing to do with external or surrounding people. No social environment can make us have such feelings.

When the way we think changing, our feelings and emotions will automatically change. If we feel the world is beautiful and hopeful, success is waiting round the next corner. Conversely, if our feeling was negative, we would see the world as dark with nowhere for us to stand and with nobody who wants us anymore.

In addition, we can use our feelings as an alert signal. When we feel relaxed, easy and happy, this means our thinking is positive. When we feel angry, hopeless, helpless, tense or uncomfortable, this means our thinking starts to become negative.

When our thinking is in the middle slightly going down, our opinion is a bit distorted. Our feelings are not quite right and our humour starts to disappear. We are in a rush or hurrying all time, want to finish everything off at the same time or immediately. Also, the opposite could happen and result in not doing anything at all and feeling very sluggish.

แบบปฏิบัติการเดินทางที่ 26

➢ จดบันทึกเรื่องราวที่เกิดจากความคิด ที่อาจอยู่ในรูปลักษณะของบทสนทนาโต้ตอบ ที่เกิดขึ้นในใจ หรือรับฟังจากเสียง ซึ่งเป็นเสียงพูดของเรา ที่เกิดอยู่ภายในหัวของเรา

➢ จะเห็นว่าทั้งเนื้อหา และข้อความจะไม่ต่อเนื่อง กระโดดไปมา ไม่มีขอบเขต ทั้งเรื่องราวที่มาจาก ปัจจุบัน และอนาคต

➢ หลังจากที่รับรู้เรื่องราวแล้ว รับฟังความคิดแล้ว ก็ปล่อยให้สิ่งต่างๆ เหล่านี้ผ่านไป ไม่ต้องยึดติด

Practice: 26

- Write or record a story in your head. It may be your own conversation in your head, your mind or inside your body.

- You may realize that the story jumped. It went backwards, forwards, discontinuously with no boundaries between past, present and future.

- After acknowledging the story, listen, accept and let it go.

การเดินทางที่ 27

รู้สึกสำเร็จ

ความรู้สึกกับการสร้างความสำเร็จ อารมณ์ความรู้สึกของเรามีทั้ง หมด 9 ระดับ (Lester Levensen, Sedona method) ยิ่งระดับความรู้สึกของเราสูงเท่าไร เราจะรู้สึกดีมากขึ้น ความคิดโปร่งใส มีพลังมากขึ้น และสามารถที่จะสร้างทุกสิ่งทุกอย่างที่เกิดขึ้น ตามความต้องการ

❖ ระดับที่ 1 (ต่ำสุด)ไม่แยแส เฉื่อยชา ไร้อารมณ์ เฉยเมย สิ้นหวัง หมดหนทาง ทางตัน เช่น ทำไปก็ไม่เกิดผล แล้วจะทำไปทำไม อยู่เฉยๆดีกว่า

❖ ระดับที่ 2 ทุกข์ตรม เศร้าโศก ปวดร้าว ทุกข์ร้อน ทุรนทุราย เช่น น่าจะได้ แต่ก็ไม่ได้

❖ ระดับที่ 3 วิตกกังวล ความหวาดกลัว วิตกจริต หวั่นวิตก เข็ด หลาบ เกรงกลัว เช่น ความวิตกมักจะบอกว่า เราจะได้อย่างที่ต้องการ แต่ต้องแลกด้วย

สิ่งที่เราต้องเสียไป เราจะรู้สึกกลัวที่จะดำเนินการ
ต่อไป เพราะความกลัวนี้เอง

❖ ระดับที่ 4 ความโลภ ความต้องการที่ไม่รู้จักพอ เช่น
เราได้ทุกอย่างที่เราต้องการ แล้วอยากได้มากขึ้นๆ
เรื่อยๆ ไม่มีขอบเขตจำกัด

❖ ระดับที่ 5 โกรธแค้น ฉุนเฉียว โมโห โทสะ เดือดดาล
โกรธ เช่น ตัวมารมาขัดขวางความสำเร็จของเรา

❖ ระดับที่ 6 หยิ่ง ยะโส มีทิฐิ หยิ่งผยอง ทรนง ภาคภูมิ
เช่น ติดอยู่กับความหยิ่งผยองของตนเอง
ทำให้ไม่สามารถเดินหน้า แต่กลับถอยหลัง
ไปสู่ความโกรธแค้นที่ ไม่ได้มาซึ่งสิ่งที่อยากได้
และเกิดความหวาดกลัวที่จะสูญเสียไปในส่วนที่มีอยู่
และเศร้าโศกกับสิ่งที่เสียไปแล้ว

❖ ระดับที่ 7 กล้าหาญ ใจกล้า อาจหาญ ฮึกเหิม เป็นความ
รู้สึกที่มีแรงดึงดูดให้ดำเนินการ และยอมรับว่าอาจ
จะไม่สำเร็จตามที่คาดหมายแต่ก็จะทำ

- ❖ ระดับที่ 8 ยอมรับ ตอบรับ เห็นด้วย เช่น ยอมรับ อย่างเต็มใจว่า มีหลายอย่างที่เราเปลี่ยนแปลงไม่ได้ แต่สิ่งที่เปลี่ยนได้ ก็จะทำเต็มความสามารถ

- ❖ ระดับที่ 9 สงบสุข สงบเรียบร้อย สันติสุข เช่น เมื่อเรามีความสุขภายในใจและในจิตใต้สำนึก เรามีทุกอย่างที่เราต้องการ เราก็จะไม่ต้องการอะไรอีกเลย

Journey 27

Feel the Success

Our feelings create the success. There are 9 levels of human feeling according to the Lester Levensen, Sedona method. When our feeling is high, we have more power. We feel very good and create a lot of ideas. Our brain function works very well and has a high capacity for making everything successful.

Level 1: hopeless, helpless, sluggish, ignore everything, feel negative and nothing works.

Level 2: sadness, grief, distress, this feeling comes from disappointment.

Level 3: Scared, afraid, do not dare to do anything. This prevents walking forward.

Level 4: greed, want more, never enough and no limit.

Level 5: angry, always blame others for their own lack of success. This feeling keeps you in the same position and prevents moving forwards.

Level 6: arrogant, proud, this feeling sets you back to the angry stage of not getting what you expected and fearing the lose of your belongings.

Level 7: brave, courageous, able to work and accept if the result was not as expected.

Level 8: accept with reason and agree to change when needed, flexible and working at full capacity.

Level 9: peaceful, calm and happy both inside and outside.

แบบปฏิบัติการเดินทางที่ 27

➢ เขียนสิ่งที่เราต้องการอยากได้ในชีวิต
  ○ เราต้องการที่จะมีรูปร่างที่ดี หน้าผ่องใส สุขภาพร่างกาย แข็งแรง
  ○ เราต้องการที่จะมีความรักที่มากขึ้น กับสามี และลูก
  ○ เราต้องการที่จะมีเงิน มีรายได้เพิ่มเป็น 2 เท่า ในปีหน้า

➢ เขียนข้อความอีกครั้ง และใช้ข้อความว่า เรากำลังสร้าง และทำให้เกิดขึ้น
  ○ เรากำลังสร้าง ทำให้เรามีรูปร่างที่ดี หน้าผ่องใส สุขภาพ ร่างกายแข็งแรง
  ○ เรากำลังสร้างให้เรามีความรักและความสัมพันธ์ที่ดีมากขึ้น กับสามีและลูก
  ○ เรากำลังสร้าง ทำให้เรามีเงิน มีทรัพย์สิน มีรายได้เพิ่ม เป็น 2 เท่าในปีหน้า

➢ ในแต่ละข้อความ หาความรู้สึกตนเองว่าอยู่ระดับไหน ที่ ระดับ 1-ระดับ 9 เมื่อนึกว่าเรากำลังได้สิ่งนั้นมา เช่น (ตัวอย่าง)

- เรากำลังสร้างให้เรามีเงิน มีทรัพย์สิน มีรายได้เพิ่มเป็น 2 เท่าในปีหน้า.......(ความรู้สึกอยู่ที่ระดับที่ 6 มีทิฐิ ติดกับ อยู่กับความหยิ่งของตนเอง ทำให้ไม่ก้าวหน้า แต่กลับถอยหลัง ไปสู่ความโกรธแค้น ที่ไม่ได้มาซึ่งสิ่งที่ต้องการ)

➢ ถามตัวเองว่า พอใจไหม ยังอยากได้มากกว่านี้อีกหรือเปล่า เมื่อเราตอบว่า พอใจแล้ว ความรู้สึกจะขยับสูงขึ้น จนถึง ระดับที่ 7 กล้าหาญ ใจกล้า ที่จะทำดำเนินการ ระดับที่ 8 ยอมที่จะทำเต็มความสามารถ ระดับที่ 9 เรามีความสุข มีทุกอย่างที่เราต้องการ

Practice: 27

- ➢ Write your wish list.

    (Example)

    - o I want to be slim and healthy
    - o I want to give more love to my husband and my son.
    - o I want more money and to double my income by next year.

- ➢ Write the list again, in terms of "I am making, building, creating it"

    - o I am making myself slim and healthy.
    - o I am creating more of my love for my husband and son.
    - o I am making and creating money, trying to make it double by next year.

- In each item, give it a score 1-10 where you are now.
    - Score 7: slim and healthy, because I go swimming 2-3 times a week.
    - Score 8: love to my husband and my son. We cook and have dinner together every day.
    - Score 2: money. Most of my business is still growing but they are not ready to produce fruit yet.
- Ask yourself how to make a score higher for each item.

การเดินทางที่ 28

ธรรมดา

ขอเป็นเพียงคนธรรมดา ใครๆก็อยากเป็นคนพิเศษ เป็นคนดีเลิศกว่าคนอื่นๆทั้งหมด เก่งที่สุด รวยที่สุด มีอำนาจที่สุด เป็นที่สุด ในทุกๆ เรื่อง การเป็นที่สุดนั้น เป็นได้แค่น้อยคนนัก เพราะหากว่า ใครๆ ก็เป็นที่หนึ่งได้ มันก็ไม่พิเศษแล้ว

การที่เป็นที่หนึ่งนั้น ใช่ว่าจะมีความสุขเสมอไป เพราะต้องทนกับการ อิจฉา ริษยา ไม่มีเพื่อนฝูง และสภาพความเครียดสูง เพื่อที่จะยืนอยู่ในตำแหน่งที่หนึ่งตลอดไป

เพราะฉะนั้น การเป็นคนธรรมดา ระดับกลางๆ และประสบความสำเร็จอย่างที่ใจหมายย่อมดีที่สุด เหมือนกับชีวิตประจำวัน เพียงแต่ใช้ชีวิตให้เป็นแค่วันธรรมดาง่ายๆ ไม่ยุ่งมาก แต่ประสบความสำเร็จได้ตามความต้องการ

Journey 28

Average

Everybody wants to be special, privileged, better than others, richest, the most powerful and the best at everything. However, there are only a few who can be the best. If there were many people who could be the best, it would not be special anymore.

To be number one is not always to be happy because that person has to be bullet-proof from jealousy, high stress and loneliness. They could not trust anybody to be their good friends.

Therefore, the best is to be average and be successful. We can work and live our life in an easy way.

แบบปฏิบัติการเดินทางที่ 28

การปฏิบัติการและการทำงานแบบอย่างคนธรรมดา และทำในแต่ละวันเป็นวันธรรมดา

➢ เขียนสิ่งที่เราต้องการ ที่เราอยากให้ประสบความสำเร็จ

- เขียน แต่งหนังสือ โรงพิมพ์
- งานขาย สินค้า และบริการของตนเอง
- ผู้เชี่ยวชาญพิเศษ วิศวกรรมและสถาปัตย์
- เป็นแม่ ดูแลลูกและครอบครัว

➢ เขียนแผนการทำงานในแต่ละสิ่งให้เป็น แบบวันธรรมดา กลางๆ ไม่มาก และไม่น้อยเกินไป

- เขียน แต่งหนังสือ: ใช้เวลา 40 นาทีในการเขียนหนังสือในแต่ละวัน
- งานขาย สินค้า และบริการ: โทรศัพท์ E-mail ติดต่อกับลูกค้าใหม่ 10 คนในแต่ละวัน

- เป็นแม่ดูแลลูก เป็นเพื่อนคู่คิดกับสามี : ให้เวลากับลูก 30 นาทีก่อนไปโรงเรียน และ 30 นาทีตอนหลังเลิกเรียน ให้เวลา 30 นาทีตอนเช้า และ 30 นาทีตอนเย็นกับสามีพูด คุย ดูหนัง ฟังเพลง

> เช็คความก้าวหน้าของโครงการ ในการทำงานแบบวันธรรมดา 5 วัน, ต่อสัปดาห์ ในเวลา 3 เดือน, 6 เดือน, หนึ่งปี, 5ปี

- เขียน แต่งหนังสือ: ใช้เวลา 100 ชม. ใช้เวลาเขียนหนังสือ 6 เดือน ควรจะได้หนังสือพร้อมพิมพ์สักเล่ม ขนาด A5 ความหนา 200 หน้า และ 10 เล่มในเวลา 5ปี น่าจะ เป็นนักเขียนที่มีผลงานมากมายในเวลาต่อไป

- งานขาย สินค้า และบริการ: พูดคุยกับ 100 คนต่อเดือน 1,200 คนต่อปี และ 6,000 คนในเวลา 5 ปี เราสามารถเพิ่ม ความมั่นใจในการพูด คุย กับคนแปลกหน้า และ ควรจะทำยอดในการขายได้พอสมควร

- เป็นแม่ดูแลลูก เป็นเพื่อนคู่คิดกับสามี : มากกว่า 100 ชม.ในเวลา 3 เดือน ที่ได้ใช้เวลากับลูก ได้รู้จักลูกดีมากขึ้น รู้ว่าลูกต้องการอะไร และมากกว่า 500 ชม.ในหนึ่งปี ที่ใกล้ชิดกัน ถือได้ว่าเป็นเพื่อนที่สนิทในเวลาห้าปี และมากกว่า 3,000 ชม. ย่อมมีผลกับการดำเนินชีวิตของลูก เช่นเดียวกับสามี มีเวลามากกว่า 500 ชม. ในหนึ่งปี ได้ถามไถ่ ความเป็นไปในแต่ละวัน รับรู้ปัญหา และร่วมกันแก้ไข

> ทำทีละอย่างในแต่ละเวลา ทำครบสามสิ่งนี้ ใช้เวลาเพียงเล็กน้อยนี้ทุกวัน จะเห็นว่า เป้าหมายนั้นอยู่ใกล้ขึ้นทุกทีๆ

Practice: 28

Work and live like an average person. Do every day like an average day.

(Example)

➢ Write targets that you want to be successful.

- o Write books and publish them
- o Sell invented products
- o Be a specialist in engineering, science and architecture
- o Have a lovely family

➢ Write a working plan for each target. Make it simple, not too much and not too little.

- o Writes my book 40 minutes a day
- o Create a product and contact 10 new customers per month

- Work with local and international research teams: 1 contact per month
- Spend time with my child 30 min, teaching him homework after school and spend time 30 minutes with my husband watching TV and listening to music.

➤ Check the progress towards each target every week, every 3 months, 6 months, one year and 5 years.

- Write book: 100 hours in 6 months, should create 200 pages which can be published a book. In 5 years, I should have 10 books.
- Sell products: talk to 100 new people a month, 1200 people a year and 6000 people in 5 years. I should feel confident in talking with strangers and should be able to sell some products.
- Lovely family: more than 100 hours a month spent with my husband and son. I should

know their needs, know their problems and help to solve them.

การเดินทางที่ 29

ทำ

ทำ หรือ ไม่ทำ เราเลือกได้ เราเลือกที่จะทำในสิ่งที่เราไม่ต้องการทำ เพราะ

❖ เราคิดว่า มีความจำเป็นที่จะต้องทำ เพื่อให้ได้ในสิ่งที่เราต้องการ

❖ เพื่อที่เราจะมีความเป็นอยู่ เหมาะสมกับฐานะ ที่เราควรจะเป็น

การกระทำทุกอย่าง เราสามารถเลือก "ที่จะทำ" จากเหตุผล

❖ ต้องการที่จะทำ: เกิดจากการชี้นำทางจากภายในจิตใจ มีแรงบันดาลใจ เป็นทางเลือกที่อยากจะทำ

❖ ต้องทำ ไม่ทำไม่ได้: หมายถึงจุดสิ้นสุด จุดจบ จำเป็นต้องทำ เป็นสิ่งที่หวังแหล่งสุดท้าย

❖ ควรจะทำ: เป็นสิ่งที่ดี ที่ถูก จึงควรจะทำ สร้างภาพลักษณ์ที่ดีให้แก่ตัวเอง เพื่อหาเหตุผลเข้าข้างตนเอง

เมื่อเราเลือกทำในสิ่งที่เราต้องการ เรากำลังทำในสิ่งที่เรารัก และเราชอบที่จะทำ เรามักจะ

❖ ไม่อยากทำสิ่งอื่นๆ เพราะเรากำลังทำในสิ่งที่เราชอบ

❖ เราจะจัดสรรเวลาในวันหนึ่งๆ อย่างเต็มที่ เพื่อทำสิ่งที่ชอบ

❖ เราจะขอความช่วยเหลือ หรือ ให้คนอื่นๆทำแทน ในส่วนที่เราไม่อยากหรือไม่ชอบทำ

❖ เราจะทำทีละอย่างในแต่ละเวลา เพราะว่าเป็นเวลาที่พิเศษ ที่ได้ทำในสิ่งที่เรารัก

วิธีการที่ทำให้งานเสร็จด้วยวิธีง่ายๆ

❖ สิ่งช่วยเตือนความทรงจำ เช่น นัดหมายกับบุคคลอื่น นัดหมายกับสมุดนัด นัดหมายกับนาฬิกาปลุก ฝากข้อความ ทางโทรศัพท์

❖ ทำเป็นกิจวัตรประจำ เหมือนแปรงฟัน กับ อาบน้ำ แล้วจะเป็นนิสัย

Journey 29

Do

We can choose to "do" what we want and we can choose "not to do" if we do not want. However, there are many time we have to do what we do not want. The reasons are:

- ❖ It is necessary and important in order to get what we want.
- ❖ It is what we should do because it suits our status.

We can choose to "do" because

- ❖ We want to do it. It comes from our subconscious mind or inspiration.
- ❖ We have to do it, no choice. It is reached at the end. It is the last hope or the last resource.

- We should do. It is a good thing, therefore, we should do it. It helps to create a good image.

When we choose to do what we want, what we like and love, we will feel:

- We do not want to do anything else because we are enjoying doing what we like.
- We will manage time efficiently in order to have spare time for what we love to do.
- We will ask for help to do whatever we do not want to.
- We do each task at each time because every minute is special.

Technique to finish jobs quickly:

- Have a checker: diary, alarm clock or answering machine.
- Make it a habit: do it as a routine like brushing your teeth.

แบบปฏิบัติการเดินทางที่ 29

➢ นำกระดาษเปล่ามา 2 แผ่น, แผ่นที่หนึ่ง เขียนข้อกระดาษว่า "สิ่งเดียวที่เราจะทำในวันนี้ คือ ………."

➢ แผ่นที่สอง เขียนข้อกระดาษว่า "รายการที่จะต้องทำให้เสร็จภายในสัปดาห์หน้า"

➢ เลือกหนึ่งรายการจากแผ่นที่สอง มาใส่ไว้ในแผ่นที่หนึ่ง

➢ ลงมือทำในสิ่งเดียวที่เราจะทำในวันนี้

➢ เมื่อทำรายการนี้เสร็จแล้ว ให้ทำเครื่องหมายว่า ทำเสร็จแล้วในแผ่นที่สอง และเลือกรายการต่อไป

Practice: 29

- Prepare 2 papers; the first paper says "The only thing I will do today is……"

- The second paper says "List of jobs that have to be finished by next week…."

- Choose one item from the second paper and put it in the first paper.

- Start working on the only thing you will do today.

- When you finish this item, mark it as completed in the second paper and choose the next item.

การเดินทางที่ 30

เสน่ห์ นิยมชมชอบ

เราทุกคนมีพลังที่อยู่ภายในตัวเองและสามารถที่จะส่งผ่านออกสู่ภายนอก ใกล้ ไกล เท่าไรก็ได้

❖ พลังวงในสุด: เป็นพลังที่อยู่ภายในร่างกายของเรา เป็นพลังที่เกิดจากการทำสมาธิ การทำวิปัสนาสมาธิ พลังนี้จะสะสมอยู่ ภายในร่างกายของเรา เราจะรับฟังเสียงต่างๆ รับรู้เรื่องต่างๆ จากภายในตัวของเราเอง เป็นการที่รู้จักตัวตนของตัวเอง

❖ พลังวงนอกสุด: เป็นพลังที่เราใช้เพื่อปกป้องตัวเอง เป็นเกราะป้องกันภัย

- ❖ พลังตรงกลางระหว่างวงในกับวงนอก: เป็นพลังที่เชื่อมต่อ สามารถที่จะส่งออกไปและกลับมาได้ เป็นพลังที่เราใช้เชื่อม ต่อบุคคล กลุ่มคน พวกเขาจะรู้สึกเหมือนกับว่า เราก็เป็นส่วนหนึ่งของพวกเขา เสมือนเป็นพวกเดียวกัน พวกเขาจะรู้สึกนิยมชมชอบ โปรดปรานเมื่อเราปรากฏตัวขึ้น

Journey 30

Charm

Everybody has power inside their body and can transfer this power over long or short distances as required.

- ❖ Inner circle power: this power will be inside our body. This power can be created by practising meditation or vipaasana meditation. We can listen to the sound and feel the feelings inside our body. This power helps us to get to know ourselves.

- ❖ Outer circle power: this energy will be used to protect ourselves.

- ❖ Middle power is between inner circle and outer circle. This power can be sent forwards and backwards. We use this power to connect with a person or a group of people. They will feel the connection as if you were in the same group as them. They will like you.

แบบปฏิบัติการเดินทางที่ 30

➢ เตรียมตัวเพื่อตั้งจุดศูนย์กลางในตัวเอง ด้วยการหลับตา หายใจเข้า หายใจออก เบาๆ ช้าๆ ยาวๆ และ มีสติอยู่ตลอดเวลา

➢ ลืมตาขึ้น เลือกสิ่งของที่อยู่ในบริเวณรอบตัวนั้น มองพินิจ พิจารณา ให้ความสนใจต่อของสิ่งนั้น เสมือนกับมันเป็นสิ่งที่สำคัญที่สุดในโลก นึกถึงสิ่งของนั้นว่าอยู่ภายใต้ลมหายใจของเรา ส่งลมหายใจผ่านไปยังของสิ่งนั้นซักนาที เราจะรู้สึกว่า เรากับของสิ่งนั้นมีการเชื่อมต่อ มีความสัมพันธ์ซึ่งกันและกัน

➢ เมื่อเราคุ้นเคยกับการเชื่อมต่อกับสิ่งของแล้ว ลองทำการเชื่อมต่อโดยไม่ใช้คำพูด หรือท่าทาง กับสัตว์เลี้ยง กับเพื่อน เราจะมีความรู้สึกสัมพันธ์ที่พิเศษ

➢ ทำเช่นนี้ กับบุคคลอื่นๆ รอบตัวเรา จะทำให้เราปรากฏกายอย่างโดดเด่นต่อบุคคลรอบตัว

Practice: 30

- Sit and prepare meditation. Put your mind in the centre of your body. Close your eyes. Breathe in and breathe out quietly, smoothly and consciously all the time.

- Open your eyes and choose one thing around you. Look at that thing as if it is the most important thing in the world. Breathe out to connect with that thing and breathe into your body. You will feel a connection between you and that thing.

- When you are familiar with the connection technique, try to connect with pets or friends without words or posture communication. You can feel the special and valuable connection between you two.

- Try this technique with a group of people. You will be attractive to them when you appear.

การเดินทางที่ 31

ฟังใจ

ฟังเพื่อ ฟังข้อความจากใจ ถ้าเราฟังเพื่อจับผิด เราก็จะได้ข้อกล่าวหาผิดอย่างที่เราต้องการ ถ้าเรามัวแต่ฟังเพื่อค้นหาอะไรบางอย่าง เราจะไม่เห็น ไม่ได้ยิน ภาษาที่แสดงออกสิ่งแท้จริงจากลักษณะของน้ำเสียง สายตาที่มองผ่านออกมา ด้วยความรัก หรือ ความเศร้าสร้อยจากหัวใจน้อยๆ ขณะที่เล่าเรื่องต่างๆจากโรงเรียน

การเรียนรู้ที่จะรับฟังเสียงจากภายในของตนเอง ให้เหมือนกับการฟังเพลง เพราะๆ เสียงเบาๆ ฟังสบายๆโดยที่ไม่ได้คิดตาม ฟังแบบผ่านๆ แล้วข้อความสำคัญก็จะโผล่ออกมา อาจเป็นสิ่งที่เรากำลังต้องการค้นหา เราต้องฝึกแยกสิ่งที่ไร้สาระ เหลวไหลออก แล้วเราจะเจอที่เป็นปัญญา

เราควรฟังจากสิ่งที่ออกมาจากจิตใจที่แท้จริง เช่น

❖ เราไม่เห็นภาพว่า ตัวเองจะสามารถทำได้ แปลว่า เราไม่สามารถสร้างภาพว่า เรากำลังทำสิ่งนั้นๆ ได้ว่าเกิดขึ้นจริงภายในจิตใจ ดังนั้นเมื่อเราสร้างภาพ ภายในจิตใจได้ เราก็สามารถที่จะทำให้เกิดขึ้นในชีวิตจริงต่อไปได้

❖ มันเป็นปัญหาที่ยิ่งใหญ่มากสำหรับเรา แปลว่า เราไม่สามารถทำอะไรเกี่ยวกับสิ่งนี้ได้เลย แก้โดยการย่อสถานการณ์นั้นๆให้เล็กลงภายในจิตใจเรา ถ้ามันยังดูใหญ่อยู่ ก็ทำให้มันเล็กลงอีก จนกลายว่าไม่ใช่ปัญหาอีกต่อไป

❖ เราติดอยู่กับที่ เคลื่อนไหวไม่ได้เลย ถามตัวเองว่า

  ○ เรารู้ได้อย่างไรว่า เราติดอยู่กับที่?
    (ตัวอย่าง) เราอยากออกไปทำงานนอกบ้าน ที่มีรายได้จริง มีเงินของตนเอง มีเพื่อนที่ทำงาน เราทำอะไรเพื่อตัวเองไม่ได้เลย
  ○ เราติดอยู่กับอะไร?
    (ตัวอย่าง) เราติดอยู่กับงานบ้าน หน้าที่ของการเป็นแม่

○ เราติดด้วยอะไร?
   (ตัวอย่าง) เราติดด้วยความสะดวกสบาย ถึงแม้จะมีเงินใช้เพียงเล็กน้อยก็ตาม
○ เราจะใช้อาวุธอะไรเพื่อทำให้เราเป็นอิสระ?
   (ตัวอย่าง) เราจะลดงานบ้านลง ใช้เวลาน้อยลง ลูกและสามีช่วยงานบ้าน
○ ส่วนไหนของชีวิตครอบครัว/ การงาน/ ความสัมพันธ์ที่ไหลลื่น ไม่ติดขัด?
   (ตัวอย่าง) ชีวิตครอบครัวที่ เราควบคุมได้
○ ถ้าเราเพิ่มความคล่องในชีวิตครอบครัวที่เราควบคุมได้ให้มากขึ้น จะสามารถทำให้เรามีอิสระได้หรือไม่?
   (ตัวอย่าง) ได้ แต่ต้องมีการวางแผน การรองรับที่ดี หาคนช่วย คนแทน ในช่วงก่อนและหลังเลิก เรียน

❖ อนาคตเราช่างมืดมัวเหลือเกิน แก้ด้วยการทำให้ชีวิตเราสดใส มีสีสัน สร้างภาพขึ้นในใจ ที่เราอยากจะเห็นตัวเอง อยากจะเป็นอะไร อยากเป็นนั้น อยากจะเป็นนี้ ภาพที่เราอยากทำอะไร

ให้เกิดขึ้นกับชีวิตเรา เห็นเหตุการณ์ในใจ สัมผัส
ความรู้สึกอิ่มเอิบได้

❖ ชีวิตเราแขวนอยู่ด้วยเส้นด้ายบางๆ แก้ด้วยร้อยสาน
เส้นด้ายนั้นด้วยเหล็กเส้นที่แข็งแรง มัดไว้รอบเอว
เราจะมีความ สนุก สนาน ท้าทายต่อการป่ายปีน ไต่เต้า
ไปจุดหมาย

Journey 31

Listening

When we listen, we should listen with our heart. Whenever we listen to find something wrong, we will get the wrong point. If we listen to find out, we will not hear or see what the real thing is. More information comes out from the tone of voice and eyes shining when they tell us a story.

The way to listen to the inner sound inside your body is to listen to it like a radio. Listen to it quietly and do not think about it. When the important information arrives, it may be what we were looking for.

Listen from your subconscious mind:

- ❖ I cannot see myself doing it. This means you cannot build the image of youself doing it. When you can create pictures in your mind, you can make it happen in your life.

❖ It is so big a problem that I cannot do anything. Decrease the size to make it very small in your mind and make it smaller until it is not a problem anymore.

❖ I am stuck. I cannot move or do anything:

(Example)

- How do you know you are stuck?

Answer: I want to work outside, earn my income, have friends but I cannot.

- What are you stuck with?

Answer: Stuck with housework and being a mother and a wife.

- What is making you stuck?

Answer: It is a convenient life, no hurry and easy.

- What will you use to unstick it?

Answer: Decrease housework and get help from my husband and my son.

- ❖ My future is very dark. Make your life bright and colorful. Create pictures in your mind of what you want to be, what you want to do. When you see the pictures, you will feel happy, fulfilled and ready to make it happen in your real life.

- ❖ I live my life on a thin line. Insert strong metal cable to make your life stronger. You can then have fun, challenge and be ready to walk to your targets.

แบบปฏิบัติการเดินทางที่ 31

➢ ลองฟังบทสนทนา และสังเกตตัวเราเองว่า เราฟังเพื่อสืบเสาะหาปัญหา เพื่อหาโอกาส เพื่อหาช่องทางการโต้แย้ง หรือ เพื่อช่วยหาข้อแก้ไข พูดด้วยคำพูด หรือ พูดด้วยความรู้สึก

➢ ลดระดับเสียงภายในหัว เสียงภายในใจลง เมื่อฟังคนอื่นพูด สังเกตว่า เราได้ยินมากขึ้น และ คนพูดรู้สึกว่า มีคนได้ยินสิ่งที่เขาพูด

➢ ฝึกหัดการฟังผ่านหู จากเทปการบรรยาย โดยที่ไม่ต้องตั้งใจฟัง ไม่คิดอะไรในใจ

Practice: 31

- Listen to the conversation inside your body. See if you can find the problems, opportunities, and solutions.

- Reduce the inner sound level down. You can hear more and the speakers can feel you listen.

- Practice listening without intention and not thinking.

การเดินทางที่ 32

ปฏิเสธ

รับได้ เข้าใจ กับคำปฏิเสธ เมื่อเราเห็นว่า ทุกๆคนรอบตัวเรา เหมือนกันกับเรา มีเกิด แก่ เจ็บ ตาย ด้วยกันทุกคน ไม่มีสูงกว่า ไม่มีต่ำกว่า เราจะเปิดใจกว้าง ที่จะติดต่อสัมพันธ์กับคนอื่นๆ เราจะรู้สึกผ่อนคลาย สบายๆกับคนทั่วๆไป

การเผชิญหน้ากับคำปฏิเสธ กับคำขอได้อย่างสบายใจ ถือเป็นกุญแจที่สำคัญในการประสบความสำเร็จ

เหตุผลหลักๆ ที่คนมักจะปฏิเสธคำขอของเรา คือ

❖ คนมักจะกลัวที่จะได้ยินสิ่งที่เขาไม่อยากได้ยิน หรือ ทำในสิ่งที่เขาไม่อยากทำ

❖ เขาไม่รู้ข้อมูล หรือ เข้าใจชัดเจนว่า มันจะเป็นประโยชน์ต่อเขาอย่างไร ทั้งทางตรงและทางอ้อม

❖ เขาไม่อยากได้จริงๆ หรือ ไม่อยากเป็น จากใจเขาจริงๆ

ถ้าเขาปฏิเสธ เพราะว่าความกลัวของเขาเอง หรือเขาไม่ต้องการอย่างแท้จริง มันเป็นสิ่งที่มาจากภายในของตัวเขาเอง ซึ่งไม่เกี่ยวอะไรกับตัวของเราเลย ไม่ใช่ความผิดของเรา ไม่ต้องรู้สึกผิดหวัง และถ้าเขาปฏิเสธ เพราะไม่มีข้อมูลเพียงพอ ก็ยังเป็นส่วนตัวของเขา

เพื่อที่เราจะไม่รู้สึกกลัวหรือรู้สึกง่ายในการขอ, ขอร้อง คือให้คำนึงถึงคนที่เราจะขอว่า เขาจะได้ประโยชน์อย่างไร เราจะรู้สึกว่าง่ายที่จะขอในสิ่งที่เราต้องการ

หลักง่ายๆ ของการขอมีดังนี้

❖ ขอและคาดหวังว่าจะได้

❖ ขอคนที่สามารถให้ได้

❖ เจาะจงและชัดเจนในสิ่งที่ขอ

❖ ขอด้วยอารมณ์ขันและสร้างสรรค์

❖ ขอด้วยหัวใจ, พร้อมที่จะแลกด้วยสิ่งตอบแทน

❖ ขอแล้วขออีก ขอซ้ำๆ ขอแบบไม่หยุดหย่อน

❖ มีเมตตา มีความสุภาพเมื่อได้รับคำ ปฏิเสธ

Journey 32

"No"

We need to be able to accept and understand when we receive the answer "No, Thank you". When we see people around us we are a similar. We are born, grow old, get ill and die. It is the circle of life. Nobody is higher or lower. Thus, we can open up our hearts and make contact with others. We will feel relaxed and easy going to others.

In order to make it easy to face the word "No", we should know what the main reasons why people say "No" to us.

- ❖ People are afraid to listen or to do what they do not want.

- ❖ They do not know or understand what benefits they would receive.

- ❖ They really do not want it. It does not matter what it is.

When they say "No" it is because of their own fear to accept or they really do not want it. This decline comes from inside them and is nothing to do with you. You do not have to be sad or disappointed about it. Although they say "No" because they do not have enough information, it is still their reason, not your fault.

To make it easy for you to ask for help, think about what you can offer to them or what benefit they would get from you when you ask them.

The simple ways to ask are:

- ❖ Ask and expect to get it
- ❖ Ask people who can give it to you
- ❖ Ask clearly for a specific thing
- ❖ Ask with humour and creativity

- ❖ Ask with your heart and prepare to exchange

- ❖ Ask repeatedly until you get it

- ❖ Be polite when get the "No" answer

แบบปฏิบัติการเดินทางที่ 32

➢ นึกถึงว่าเรากำลังนั่งอยู่ตรงกลางวงกลม

➢ นึกถึงว่าคนที่รักเรา ชอบเรา เอ็นดูรักใคร่เรา ทั้งที่มาจากในอดีต ปัจจุบัน และอนาคต รวมทั้งบุคคลจากหนังสือนิยาย ภาพยนตร์ เขาเหล่านี้นั่งล้อมรอบตัวเราในวงกลม และมองมาที่เราด้วยสายตาแห่งความรัก เป็นความรักที่ไม่มีข้อจำกัด ไม่ว่าเราจะเป็น จะทำหรือไม่ เขาเหล่านั้นก็รักเรา

➢ ขณะที่เรามีความรู้สึกรักเต็มเปี่ยมจากวงของเรา มีความรู้สึกปลอดภัย ให้เริ่มขอกับคนที่เราต้องการ ซึ่งยืนอยู่นอกวง บอกเขาว่าเราต้องการอะไรจากเขา และเขาจะได้อะไรตอบแทน

   ○ ถ้าเขาปฏิเสธ เพราะความกลัวที่จะต้องทำในสิ่งที่เราขอ เราควรจะกล่าวตอบอย่างไร

- ถ้าเขาปฏิเสธ เพราะเขาไม่มีข้อมูลที่เพียงพอ เราจะทำอย่างไรที่จะทำให้เขารู้ว่า คำขอของเราจะเป็นประโยชน์ มากน้อยแก่เขา ทั้งทางตรงและทางอ้อมอย่างไร

- ถ้าเขาปฏิเสธ เพราะเขาไม่ต้องการจากใจจริง เราควรกล่าวขอบคุณที่รับฟัง และเริ่มถามคนอื่นต่อไป

➤ กลับเข้าสู่วงกลมแห่งความรักของเรา รับพลังงานแห่งความรักภายในวงของเรา จนคำปฏิเสธนั้น ไม่ทำร้ายเรา ไม่มีผลอะไรกับเราทั้งสิ้น นึกถึงว่าเราถามคนอื่นๆ เรื่อยๆ จนเราได้รับคำตอบ ตกลง

➤ ถ้าสิ่งเลวร้ายเกิดขึ้น เนื่องจากคำขอของเรา เช่น เขาชกหน้า เขาตะโกนด่า ชี้หน้าและหัวเราะ หรือกระซิบกระซาบกับเพื่อน ให้กลับเข้าสู่วงพลังความรักของเรา แล้วมองดูที่กิริยาของเขา การกระทำของเขา และรู้ว่าไม่มีอะไรเกี่ยวข้องกับเรา

ทุกอย่างที่เขาทำ เพราะเขาไม่มีความสุข เขาสับสน และเขาเข้าใจผิด

➢ นึกถึงเมื่อมีคนตอบรับคำขอ สังเกตว่าเราจะมีความดีใจมากเพียงไร และความสัมพันธ์ของเรากับวงล้อมพลังแห่งความรักจะมีมากขึ้น เราจะมีความสุขมากกว่าการได้ยินคำ ตอบรับ

➢ กลับเข้ามาอยู่ในวงล้อมแห่งพลังความรัก จนเรารู้สึกว่าไม่ว่าอะไรจะเกิดขึ้น เราจะปลอดภัย เรามีคุณค่า และเรามีคนที่รักเรา

Practice: 32

- Imagine you sit in the middle of a circle

- Think about people who like you, love you, admire you from the past, present and future. This includes parents, friends, family, people from books or movies. They are sitting around you in the circle and look at you with love. You can see and feel their love. They love you with no condition, no limit, and no boundary. They love you whatever you do or do not.

- When you feel their love, you start to ask what you want from the outsiders. Tell them what you want and what they would get.

    - If they decline because they are afraid, what would you answer?

    - If they decline because they do not know what benefit they will get, what would you answer?

- If they decline because they really do not want it from bottom of their heart, you should say thank you and move on.

- Come back to your circle, receive power of love from your circle and the "No" word does not hurt you anymore. Move on to the next person.

- If the worst thing happened such as they hit you, they shout, point at your face or laugh, come back to your circle of love. Look at their actions. They are nothing to do with you. Everything they do is because they are not happy. They are confused and mistaken.

- Think about when you receive the "Yes" answer, how happy you are you get the acceptance. Observe and compare to your circle of love and your power of love increases.

- Come back to your circle of love. You know whatever happens, you will be safe. You are valuable and you always have people who love you.

การเดินทางที่ 33

เงิน

ความมั่นคงทางการเงินไม่ได้ขึ้นอยู่กับจำนวนเงินที่เรามีในปัจจุบัน แต่ขึ้นอยู่กับความสามารถที่จะหาได้ทุกเมื่อที่เราต้องการ เราซื้อสิ่งของด้วยเงิน เราซื้อเงินด้วยการใช้ตัวเราทำงาน ให้บริการ นั่นคือ เมื่อเรามีความเชี่ยวชาญ ชำนาญในสิ่งใดๆ การบริการแก่คนอื่นๆ เราก็จะสามารถที่จะหาเงินได้ทุกเมื่อที่เราต้องการ นั่นย่อมแสดงว่า เราก็จะมีความมั่นคงทางการเงิน เงินเป็นเครื่องมือวัดว่าเราได้สร้างสิ่งที่ดี สร้างการเปลี่ยนแปลงที่ดีขึ้นกับโลกใบนี้มากเพียงไร ถ้าเราไม่ได้ทำอะไรเลย เงินก็กลายเป็นสิ่งที่ยากที่จะได้มา ดังนั้นสิ่งที่เราทำ ถ้าให้ประโยชน์กับคนจำนวนมากเท่าไร เราก็จะได้เงินมามากเท่านั้น

Journey 33

Money

Financial stability does not depend on how much you have but on your ability to get it when you need it. We buy goods with money. We earn money with our labour and brains. When we are expert at serving people, we can find money whenever we need it. This shows that we have financial stability. Money is the tool to measure how we have created a good thing in this world. If we have not done anything, money would be difficult to find. The more people get benefit from our services, the more money we would get.

แบบปฏิบัติการเดินทางที่ 33

ถ้าเราตื่นเช้ามาวันหนึ่ง ในสถานที่แปลกตา และเราไม่รู้จักใครเลย ในกระเป๋าเรามีเงินอยู่ 100 บาท

➢ เราจะใช้เวลาเท่าไร เพื่อที่จะทำให้เงินนั้นเพิ่มขึ้นเป็นสองเท่า

➢ เราจะทำอย่างไร ทำอะไร ที่จะทำให้เงินนั้นเพิ่มขึ้นเป็นสองเท่า

Practice: 33

If you get up one morning in a strange place, you do not know anybody and you have £100 in your pocket.

- ➢ How long would you take to double that money?

- ➢ What would you do to double that money?

การเดินทางที่ 34

งาน

การทำงาน เมื่อเราใช้เวลาและพลังงาน เพื่อที่จะให้ใคร บางคน หยิบยื่นหรือให้โอกาสแก่เรา เพื่อที่เราจะได้ แสดงความสามารถ นั่นคือ เรามีความคิดเหมือนกับการ เป็นลูกจ้าง แต่เมื่อเราเปลี่ยนมุมมองว่า มีอะไรบ้างที่เรา สามารถที่จะทำ ที่สร้างมันขึ้นมาได้ และเราสามารถที่จะ ทำให้คุณภาพชีวิตของคนอื่นดีขึ้น นั่นคือ เราเป็นคนสร้าง เป็นคนเขียน ออกแบบเส้นทางชีวิตของเรา ยิ่งเราใช้เวลา และพลังงานในการคิดมากเท่าไร คิดให้เหมือนกับผู้สร้าง มากเท่าไร โอกาสก็จะมาหาเรามากขึ้นเท่านั้น

(ตัวอย่าง)

วิศวกรก่อสร้างบ้านเสร็จแล้ว เขาเดินดูรอบๆ บริเวณบ้าน ซึ่งไม่ใหญ่มากนัก และสังเกตเห็นว่า เจ้าของบ้าน มีลูก เล็กๆ เขาจึงเขียนแผนแบบในการปรับปรุงสวน เพื่อ

เป็นที่พักผ่อน และมีรูปปั้นสัตว์ต่างๆ สำหรับเด็กเสนอต่อเจ้าของบ้าน

เมื่อเขากลับถึงบ้าน เขาก็ไม่งอมืองอเท้า รอการติดต่อกลับ แต่เขาคิดสร้างสรรค์สิ่งที่จะทำให้ผู้คนผ่อนคลาย และมีความสุข เขาก็ส่งแบบเสนอโครงการไปยังกลุ่มเป้าหมาย

เมื่อเราคิดว่าเป็นลูกจ้าง

- ❖ เราทำตามคำบอก
- ❖ เรามองโลกในแง่ดี หรือ ร้าย
- ❖ เราคาดหวังจะได้สิ่งตอบแทนจากงานที่ทำ
- ❖ เราเห็นคนอื่นเป็นแหล่งของรายได้ของเรา

Journey 34

Work

When we have to use our body and our brains to work in order to let people give us a chance to show our skills that is the way of an employee thinking. When we change our way of thinking and see what we can do, build and create to make a better life for others that is how we create our own way of life. The more time and energy we spend thinking like a creator, the more opportunities will run towards us.

(Example)

An engineer comes to build a house. After finishing his job, he looks around and sees that the owner has little children. He draws a garden plan which includes some toys for kids and a relaxing space for the owner. After that he does not just wait for the reply but he writes more garden plans and sends them out to potential customers.

When we think as if we are an employee:

- ❖ We do the job as we are told
- ❖ We look at the world in a good or a bad way
- ❖ We expect to get paid from doing the job
- ❖ We see people as the source of our income

แบบปฏิบัติการเดินทางที่ 34

➤ ใครบ้างที่ได้ประโยชน์จากการทำงานของเรา
คุณค่าอะไรที่เราสร้าง เกิดผลต่อชีวิตของคนอื่น

- เราเป็นนักวิจัย
- นักประดิษฐ์
- นักเขียน
- วิศวกรไฟฟ้า เครื่องกล พลังงาน
- นักธุรกิจ
- นักทำขนมเค้ก, นักทำอาหาร

➤ ใครบ้างที่เราสามารถทำประโยชน์ให้ได้ การเปลี่ยนแปลงที่เราสามารถทำให้ชีวิตคนอื่นดีขึ้น

Practice: 34

- ➤ Who would benefit from your services? What can you create to help people?
    - As researcher
    - As inventor
    - As writer
    - As engineer
    - As business
    - As cake decorator
- ➤ Who else can receive the benefit from you and who else you can change their life condition.

การเดินทางที่ 35

สร้างสรรค์

เปลี่ยนเป็นผู้ริเริ่มสร้างสรรค์ เมื่อไรก็ตามที่เราเริ่มมีความคิดว่า ใครหนอที่จะมีงานให้เราทำ ใครหนอที่จะให้โอกาสเราได้แสดงฝีมือ เมื่อนั้นให้เปลี่ยนแนวความคิด

ถามตัวเองว่า "วันนี้ เราอยากจะสร้างสรรค์อะไรขึ้นมา"

เมื่อเราคิดว่า เราเป็นผู้สร้างสรรค์:

❖ เราทำงานในเชิงรุก

❖ เรามีสิ่งกระตุ้นเป็นแรงบันดาลใจ

❖ เราคาดหวังจะได้สิ่งตอบแทนจากการทำให้เกิดการเปลี่ยนแปลงที่ดีขึ้น

❖ เรารับรู้ และยอมรับว่า แรงบันดาลใจ ความคิดสร้างสรรค์ ฝีมือความชำนาญ ความมานะพยายาม เป็นแหล่งรายได้ของเรา

Journey 35

Create

Whenever you think about who would give you a job, give you a chance to show your skills, you have to change your thinking. Ask yourself "What do I want to make, to build or to create today?".

When we think as a creator:

❖ We will work proactively.

❖ We will have inspiration.

❖ We expect our wages from things that we have made better.

❖ We acknowledge and accept that the sources of our income come from inspiration, creativity, skills and effort.

แบบปฏิบัติการเดินทางที่ 35

➢ มีสิ่งของอะไรบ้าง ที่เราสามารถที่หยิบขึ้นมาปรุงแต่ง ดัดแปลง ทำให้เกิดประโยชน์จากตัวมันเองมากขึ้น

➢ มีอะไรบ้างที่จะทำให้เรามีความสุข มีความรู้สึกภาคภูมิ ที่จะสร้างมันให้มีชีวิต

➢ มีอะไรบ้างที่เรารักที่จะทำ มีความสุขที่จะสร้างมันขึ้น และคนทั่วๆไป อยากจะแลกเปลี่ยนมันด้วยเงินของเขา

➢ อะไรคือสิ่งที่ยิ่งใหญ่ที่สุดที่เราอยากจะทำ เพื่อช่วยเหลือสังคม ช่วยเหลือ ปรับปรุง ชีวิตมนุษย์ และสัตว์ ให้มีชีวิตดีขึ้น

➢ ตั้งเป้าหมายที่จะสร้างอย่างน้อยหนึ่งสิ่งต่อวัน อาจเป็น เพียงเขียนหนังสือที่สละสลวย วาดภาพ ทำหุ่นยนต์ ตกแต่งเค้ก สิ่งประดิษฐ์ รูปถ่าย หนังสืออ่านเล่น หนังสือวิชาการ อื่นๆ

➢ ในเดือนหน้าให้เขียนแผนงานอย่างน้อย 3 แผน เพื่อเชิญชวนให้บุคคลทั่วๆไป ซื้อสิ่งที่เรามี หรือเราทำไว้แล้ว หรือให้เงินเราเพื่อแลกเปลี่ยนกับสิ่งที่เรากำลังจะสร้างขึ้น

Practice: 35

- Is there anything else that you can improve or adapt to make more useful?

- Is there anything that can make you happy and proud to create, make or build and other people want to pay for them?

- What is the great thing that you want to do to help society, to improve quality of life for humans and animals?

- Set a target of making, building or creating one thing every day. It could be beautiful writing, drawing, robots, cake and book.

การเดินทางที่ 36

ทำเงิน

สร้างเงิน ทำเงิน ทำได้ง่ายๆ คือ

❖ ตัดสินใจว่า จะสร้างมันขึ้นมา

❖ สร้างขึ้น

ทำไมเราต้องทำเงิน สร้างเงิน?

❖ ทำเพราะต้องทำ นั่นคือ เราต้องรับข้อเสนอทุกอย่าง อย่างเร่งด่วน รับทำโดยไม่กล้าต่อรอง เพราะกลัวว่าจะไม่ได้งาน พยายามอย่างมากที่จะประจบประแจง เอาใจเกินงาม หรือข่มขู่ จนทำให้ไม่เป็นตัวของตนเอง

❖ ทำเพราะควรทำ

❖ ทำเพราะอยากทำ นั่นคือ เราสามารถที่จะตั้งมั่นในข้อเสนอ เพราะว่าชีวิตเราไม่ได้ขึ้นกับ การที่ต้องได้ในข้อเสนอนั้น และเรารับได้ถ้าจะไม่ได้งาน ทั้งนี้เนื่องจากเรามีทางเลือกที่จะใช้ชีวิตที่มีความสุข และสร้างสรรค์

สิ่งต่างๆ เพื่อคนนับพัน นับหมื่น หรือ เป็นล้านที่จะได้ประโยชน์จากงานของเรา

เงินก่อให้เกิดความ รู้สึกกังวล กลัว หมดหวัง สิ้นคิด ความกลัวนี้เอง ที่ทำให้เราขาดเหตุผล บดบังวิสัยทัศน์ ทำลายสุขภาพ และทำให้คนอื่นรังเกียจที่จะทำงานร่วม พวกเขาอยากจะร่วมงานกับคนที่มีความคิด สร้างสรรค์ มากกว่าคนที่ถ่วงการทำงาน

เมื่อใดก็ตาม ที่เรามีความคิดว่า เรามีความต้องการเงิน อยากได้เงินมากๆ และต้องได้แบบเร่งด่วน

ให้เรา "หยุด" และถามคำถามกับตัวเองว่า

❖ อะไรจะเกิดขึ้น ถ้าเราไม่ได้มันมา

❖ เราจะมีชีวิตอยู่ได้กี่วันโดยที่ไม่ทำงานหาเงิน

(ตัวอย่าง) ใช้เดือนละ 600 ปอนด์ จะอยู่ได้ 58 เดือน ดังนั้น 30% คือ 17 เดือน ให้ทำธุรกิจเหมือนกับว่า ไม่ต้องการเงิน การตัดสินใจ เลือกทำขึ้นอยู่กับแรงบันดาลใจ และความต้องการจากใจจริง

Dr. Kesorn P. Weaver

Journey 36

Make Money

Making money can be easy:

- ❖ Make a decision to make it

- ❖ Start making it

Why do we have to make money?

- ❖ Have to: we have to do it without condition or because we are afraid of losing the chance. We have to try too hard to get it until we forget who we are.

- ❖ Should do: It is a good thing, we should do it.

- ❖ Want to: We are happy to accept the job offer and feel fine if we do not get it.

Money makes people worried, helpless and hopeless. They become unreasonable with no vision and damage their health.

Whenever we are thinking about the need for money or want it more and more or want it immediately, tell ourselves to stop and ask these questions:

- ❖ What will happen if we cannot get it?

- ❖ How many days can we survive without working for money?

(Example)

My expense is £600 per month. I can survive 58 months without working for money. Thus, 30% is about 17 months. I can do business that depends on my inspiration and what I want to do.

แบบปฏิบัติการเดินทางที่ 36

➢ ให้พิจารณาจากภาวะการณ์ที่ผ่านมา การค้า ธุรกิจ ข้อสัญญา ข้อตกลง แบบเสนอโครงการ การค้าทุกอย่าง ที่เกี่ยวกับการเงิน

- โครงการอันไหน ทำไปเพราะอยากทำ
- โครงการอันไหน ทำไปเพราะเป็นสิ่งที่ควร
- โครงการอันไหน ทำไปเพราะต้องการเงิน

➢ สร้างโครงการขึ้นมาสักหนึ่งโครงการ ที่พิเศษมาก แปลก ประหลาด พิสดาร และถ้าโครงการเกิดเป็นจริง จะวิเศษมาก แต่ถ้าไม่เกิด ก็ไม่เป็นไร สังเกตถึงพลังความสร้างสรรค์ ที่เรามีในขณะที่เขียนโครงการนี้

➢ ตั้งราคาไว้มากกว่าปกติ 4-5 เท่า สำหรับสิ่งที่เราไม่อยากทำ หรือไม่สนใจทำมากนัก ถ้าได้ก็ทำ ถ้าไม่ได้ก็ดีไป เพราะไม่อยากทำอยู่แล้ว เป็นการฝึกสมองให้ชินกับการไม่รีบร้อน ไม่ดิ้นรนที่จะได้มา

➢ มองให้เห็นว่า มีเงินมากมายเกลื่อนเต็มประดา อยู่รอบตัวเรา ทุกที่ ทุกแห่ง ในทุกๆ ที่ ทุกๆวินาที และทุกๆวัน แต่ที่ต้องทำให้เกิดขึ้น คือ การเปลี่ยนแปลงที่ดีขึ้น นั่นคือเกิดการสร้างเงินขึ้น

➢ ตัวเราเองเป็นแหล่งสร้างเงิน สร้างสิ่งที่ขาดแคลน สิ่งที่หายาก สิ่งที่ไม่เพียงพอ เมื่อเรามีการทำสิ่งนั้นทำมากขึ้น บ่อยขึ้น จนมีความชำนาญ เรามีความสุขมากขึ้น ผู้คนจะหลั่งไหลมาตามพลังของเรามากขึ้น ซื้อหาของสิ่งนั้นจากเรามากขึ้น นั่นแหละคือการสร้างเงิน

Practice: 36

- Think about your previous business projects and anything that involved money.
    - Which projects did you do because you wanted to?
    - Which projects did you do because you should?
    - Which projects did you do because you needed the money?
- Create a project which very special, strange and wonderful. If this project happens, it will be great. If it does not, it is fine. Observe your power and your energy while you write this project.
- Set the price 4-5 times more than normal for jobs you do not want to do or are not interested in. However, if there is an offer, you will do it but if not it is fine. This will help to train your mind to not hurry to accept the bad offer.

- See money around yourself everywhere, every second and every day. You can make money when you make things better.

- You are the source of creating money. When you do it many times and more frequently, you become expert. People come to buy from you. Now you are the source of money.

การเดินทางที่ 37

ฝัน

สร้างขึ้นจากฝัน ฝันกลางวันกับฝันกลางคืนนั้น แตกต่างกันมาก ฝันกลางวัน สามารถทำให้เกิดขึ้นจริงได้ เมื่อเด็กๆ ผู้แต่งมักจะได้ยินคำว่า "ฝันเอา" หมายความว่าฝันกลางวัน

❖ ความฝันในวัยเยาว์

(ตัวอย่าง)

- อยากสร้างหมู่บ้านที่มีพร้อมทุกอย่าง

- อยากเป็นหมอ

- อยากร่ำรวยมหาศาล

- อยากมีเครื่องบินส่วนตัว

- อยากมีคนรับใช้ ทำอาหาร ซักเสื้อผ้า ทำความสะอาด

❖ ความฝันที่เราทำสำเร็จ และเป็นอยู่ในปัจจุบัน

- อยากไปเที่ยวรอบโลก และอยู่เมืองนอก
  (ตัวอย่าง) กำลังเป็นอยู่ในขณะนี้

- อยากเรียนเมืองนอกและจบปริญญาเอก
  (ตัวอย่าง) ได้แล้ว ปริญญาเอก จบจากอังกฤษ

- อยากแต่งงาน มีลูกและมีคู่ครองที่ดี
  (ตัวอย่าง) ได้แล้ว มีสามีที่ดี เลี้ยงครอบครอบได้ดี มีลูกที่น่ารัก

- อยากมีบริษัทเป็นของตัวเอง
  (ตัวอย่าง) ก็ได้แล้ว เป็นประธานบริษัทของตนเอง

❖ ความฝันที่อยากจะสำเร็จ

(ตัวอย่าง)

- เป็นมหาเศรษฐี

- ทำให้บริษัทของตนเองมีรายได้ที่ดี

- งานที่มีชื่อเสียง และรายได้ดี

- เลี้ยงลูก และทำงานในเวลาเดียวกัน

- ไปเที่ยวประเทศสวิตเซอร์แลนด์

- มีพนักงานในบริษัท มีเงินจ่ายเงินเดือน มีหน้าที่ให้ทำ

- มีสำนักงาน เป็นตึกที่เป็นของตนเอง

- อยากเป็นสถาปนิก ออกแบบตึกอาคารที่เป็นของตนเอง

Journey 37

Dream

Day dreams and night dreams are very different. When we sleep and have a dream, we always forget when we wake. While day dreaming, we can make them real.

(Example of day dream)

- ❖ Dreams I had when I was young
    - o Want to build a perfect and self-contained village
    - o Want to be a doctor
    - o Want to be a super billionaire
    - o Want to have my own airplane
    - o Want to have staff to cook, clean, do the laundry and the housework for me.
- ❖ Successful dream and living the dream

- Want to travel around the world and live in Europe
- Want to study abroad and get Dr. in front of my name
- Want to get married and have a little family
- Want to have my own research & engineering company

❖ Ongoing dreams
- Want to be a millionaire
- Want my company to create a lot of money
- Want to have a fabulous job and good money
- Want to look after my children at the same time as working
- Want to have a trip to Switzerland
- Want to have money to pay for staff
- Want to have my own building
- Want to be an architect and design my own building

แบบปฏิบัติการเดินทางที่ 37

- เลือกหนึ่งอย่างจากรายการความฝันที่เราอยากจะสำเร็จ เพื่อรื้นฟื้นความฝัน สร้างความหวังให้ตัวเราเอง

- เขียนรายชื่อคนที่สำคัญในชีวิตเรา 3-5 คน ถามว่า เขามีความฝันอะไร อยากที่จะได้อะไร อยากที่จะเป็นอะไร ที่เขาจะตื่นเต้นสุดขีด

- บอกเขาว่า เรารักเขา และเราเชื่อในความฝันนั้น และจะสนับสนุน ช่วยเหลือให้ฝันนั้นเป็นจริง

- ถาม 3-5 คนที่เราไม่รู้จักดีนักว่า เขามีความฝันในชีวิตอย่าง ไร จะทำให้เรารู้ความหมายของชีวิตมากขึ้น

Practice: 37

- Choose one dream from the ongoing dreams list to build a new hope and keep working on it.

- List 3-5 names of people who are important to you. Ask them what their dreams are, what they want and what would be the most exciting things for them.

- Tell them you love them, you believe in their dreams and you would support them to make their dreams come true.

- Ask 3-5 people who you do not know very well, what are their dreams. This would make you understand them better.

References

1. Anapana and Vipassana Meditation as taught by S.N.Goenka, Vipassana Trust, Dhamma Dipa, Harewood End, Hereford, HR2 8NG

2. Paul McKenna, Instant confidence, Bantam, 2006

3. Michael Neill, Super coach: 10 secrets to transform anyone's life, Hay House, 2009

4. Simone Ryder, The greatest guide to life coaching, Greatest guids, 2011.

5. Richard Pettinger, Business studies for dummies, For dummies, 2013

6. Martin Bamford, How to retire 10 years early, Pearson Prentice Hall Life, 2008.

7. Jeff Archer, Life coach, Teach Yourself, 2006.

8. Lester Levensen, Sedona method

9. Rachel Bridge, How to start a business without any money, Virgin, 2012

ประวัติผู้แต่ง

ดร. เกษร เพ็ชราช เป็นเด็กอีสาน เกิดและเติบโตที่จังหวัดอุดรธานี ประเทศไทย เริ่มการศึกษาชั้นประถมที่โรงเรียนเทศบาล 3 บ้านเหล่า ชั้นมัธยมที่โรงเรียนสตรีราชินูทิศ ปริญญาตรีที่คณะวิศวกรรมศาสตร์ มหาวิทยาลัยขอนแก่น ปริญญาโทที่มหาวิทยาลัยพระจอมเกล้าธนบุรี และปริญญาเอกที่ University of Southampton, England. UK. เป็นบุตรคนสุดท้องของดาบตำรวจ ทองม้วน เพ็ชราช และนางพิมพ์ เพ็ชราช มีพี่น้อง 5 คน คือ นางคุณสินธ์ รัตนเวฬุ, นางประมวล ใคร่นุ่นกา, น.ส. สมจันทร์ เพ็ชราช และนาวาอากาศเอก ดร. อัมพร เพ็ชราช ผู้แต่งใช้ชีวิตส่วนใหญ่อยู่ที่ประเทศอังกฤษ กับสามี Dr. Paul Weaver และบุตร นิรันทร์ เพ็ชราช วีเวอร์

ISBN 978-0-9931178-1-7
9 780993 117817 90000>

www.ingramcontent.com/pod-product-compliance
Lightning Source LLC
Chambersburg PA
CBHW021351300426
44114CB00012B/1174
* 9 7 8 0 9 9 3 1 1 7 8 1 7 *